സരയു നദി പറഞ്ഞത്

NOVEL PUBLICA

NOVEL PUBLICA

An imprint of Insight Publica

Nadakkavu, Kozhikode, Kerala, 673011
www.insightpublica.com
e-mail: insightpublica@gmail.com
Sarayu Nadhi Paranjath
Author: **Edaprambilli**
(Malayalam)
First Edition: September 2023

Printed and Published by
InsightinPublica Printers & Publishers Pvt. Ltd.
ISBN 978-93-5517-603-5

സരയു നദി പറഞ്ഞത്

എടപ്രാമ്പിള്ളി

NOVEL PUBLICA

ആലുവായ്ക്കടുത്ത് കുറ്റിപ്പുഴയിലെ എടപ്രാമ്പിള്ളിമന ദാമോദരൻ നമ്പൂതിരിപ്പാടിന്റേയും ശ്രീദേവി അന്തർജനത്തിന്റേയും മകനായി 1957-ൽ ജനിച്ചു. ജൂനിയർ ബെയ്സിക് സ്കൂൾ കുറ്റിപ്പുഴ, ക്രിസ്തുരാജ് ഹൈസ്കൂൾ കുറ്റിപ്പുഴ, ശ്രീ ശങ്കര കോളേജ് കാലടി എന്നിവിടങ്ങളിൽ വിദ്യാഭ്യാസം.

ഇപ്പോൾ കൊയിലാണ്ടിക്കടുത്ത് മേലൂരിൽ ഇടപ്രാമ്പള്ളി മനയിൽ താമസം.

ഭാര്യ: ദേവകി, മക്കൾ: അനഘശ്രീ, അഖിൽദേവ്.

വിലാസം:

എടപ്രാമ്പള്ളിമന, മേലൂർ പി.ഒ. കോഴിക്കോട്

ഫോൺ : 8943559430

എടപ്രാമ്പിള്ളി (നീലകണ്ഠൻ നമ്പൂതിരിപ്പാട്)

ഒന്ന്

ആത്മീയതയുടെ വാൽമീകത്തിനകത്ത് ധ്യാനനിരതനായിരിക്കെ ആദികവിയുടെ ശ്രവണേന്ദ്രിയങ്ങളിൽ മാറ്റൊലികൊണ്ടു.

'ഒരുഗദ്ഗദം'

അലയടിച്ചുകൊണ്ടിരുന്നു. ഒരു തേങ്ങൽ

'അതു ദശരഥന്റേതാണ്.'

ഇക്ഷ്വാകുവംശജനായ ദശരഥന്റേതാണ്

അജമഹാരാജാവിന്റെ പുത്രൻ ദശരഥന്റേതാണ്

ഇന്ദുമതിസുതനായ ദശരഥന്റേതാണ്.

തേങ്ങട്ടെ - തേങ്ങിത്തേങ്ങിക്കരയട്ടെ.

ഉള്ളിലുള്ള കളങ്കമെല്ലാം കണ്ണീരായുരുകിത്തീരട്ടെ.

ചെയ്ത തെറ്റോർത്ത് കണ്ണീർ വാർക്കട്ടെ.

പശ്ചാത്താപത്താൽ മനസ്സശുദ്ധമാവട്ടെ.

പൂർണ്ണത തേടുന്ന അപൂർണ്ണനാണ് മനുഷ്യനെന്നറിയുംവരെ കരയട്ടെ.

കണ്ണീർ വാർക്കട്ടെ.

കരയാൻ വിധിക്കപ്പെട്ടവനാണവൻ.

ഉള്ളിന്റെയുള്ളിലെ കളിമൺ ചെരാതിലെത്തിരി എണ്ണവറ്റാറായിരിക്കുന്നു.

കരിമഷിപിടിച്ച ജ്വാലമങ്ങിയിരിക്കുന്നു.

അഹംഭാവത്തിന്റെകരിമഷി കണ്ണീരായി ഉരുകിത്തീരട്ടെ.

പ്രകാശം സംശുദ്ധമാവട്ടെ.

അശുദ്ധിപൂർണ്ണമായും നിങ്ങിയാൽ,ചെരാതിലിത്തിരി സ്നേഹം പകരാൻ യോഗ്യരായവരെ അയയ്ക്കാം

അതുവരെ. മന്നവൻ അഞ്ജലീബന്ധനായി ഗദ്ഗദകണ്ഠനായി

മാപ്പിരക്കട്ടെ.

സനാതനധർമ്മം നിലനിർത്തിയേ പറ്റൂ.

***

സരയുനദിയുടെ കുളിരലകൾ തഴുകിത്തലോടിത്തുടുപ്പിച്ച ഫലഭൂയിഷ്ഠമായ ഭൂമി. ആപണങ്ങളും പത്തനങ്ങളും തീർത്ത് മനോഹരമാക്കിയ ദശരഥന്റെ രാജധാനി. വെണ്ണക്കല്ലിൽ പണിതുയർത്തിയ മനോഹര സൗധങ്ങൾ. ആഢംബര വസ്തുക്കളാലും പരിചാരകവൃന്ദത്താലും സമൃദ്ധമായ കൊട്ടാരക്കെട്ടുകൾ. ആടയാഭരണങ്ങളിലും ധനധാന്യാദികളിലും സമൃദ്ധിവിളയാടുന്ന രാജധാനി. എന്തിനും തയ്യാറായിരിക്കുന്ന അപ്സരസുന്ദരികളായ എണ്ണമറ്റ പരിചാരികമാർ. സരയുനദിയെത്തഴുകിയെത്തുന്ന കുളിർ തെന്നലാൽ പുളകാതഗാത്രിയായ അയോദ്ധ്യാപാരമ്പര്യത്തിലൂടെ ഇക്ഷ്വാകുവംശം നേടിയെടുത്ത മഹത്വം വിളിച്ചോതുന്ന മണിമന്ദിരങ്ങളുടെ മകുടങ്ങളിൽ പാറിക്കളിക്കുന്ന കൊടിതോരണങ്ങൾ. വെൺകൊറ്റക്കുടചൂടി പാരമ്പര്യത്തിന്റെ വർണ്ണത്തുവലുകൾകൊണ്ടലങ്കരിച്ച രാജകിരീടവും ചൂടി, എല്ലാം തികഞ്ഞവനെന്ന് നടിച്ച്, രാജകീയാലങ്കാരഭൂഷിതനായി തലയുയർത്തി വിരാജിക്കുന്ന ദശരഥൻ. വെണ്ണക്കല്ലിൽ തീർത്ത കൊട്ടാരമട്ടുപ്പാവിൽ സന്ധ്യയുടെ കാന്തിയും നുകർന്ന് അദ്ദേഹമിരിക്കുന്നു.

കുളിർകാറ്റേറ്റ് പ്രകൃതി കോരിത്തരിക്കുന്നു. പശ്ചിമാമ്പരം, ലജ്ജകൊണ്ടുതുടുത്ത മുഖം കൈകളാൽ മറച്ച്, കുരിരുൾ കൊട്ടാരത്തിലേക്ക് ഒരു നിയോഗമെന്നപോലെ അടിവച്ചടിവച്ച് നടന്നുമറയുന്നു. കുളിർകാറ്റിനിപ്പോൾ മാമ്പൂഗന്ധമാണ്. മനം മയക്കുന്ന ആ സുഗന്ധത്തിലലിഞ്ഞ് ദശരഥനിരുന്നു. അപ്പോഴേക്കും ദശരഥൻ പ്രശസ്തനായിക്കഴിഞ്ഞിരുന്നു.

'വീരൻ'

'ശൂരൻ'

'പോരാളി'

'ധൈര്യവാൻ'

'ബലവാൻ'

'പരാക്രമി'

'പ്രജാക്ഷേമതത്പരൻ'

'ശക്തനായ ഭരണാധികാരി'

ആയിടെയാണ് കോസലപുത്രിയായ കൗസല്യ എന്ന സൗന്ദര്യ ധാമം എണ്ണമറ്റ സ്വർണ്ണം, രത്നം,ആന,കുതിര ആടയാഭരണങ്ങൾ എന്നിവയുമായി ദശരഥവധുവായി അടിവച്ചടിവച്ച് അയോദ്ധ്യയിലെത്തിയത്.

രാജകീയ ഉടയാടകളും ആഭരണങ്ങളുമണിഞ്ഞ് സുഗന്ധലേപഗാത്രവുമായി മണിയറയിലെ സപ്രമഞ്ചക്കട്ടിലിൽ വികാരവായ്പോടെ ദശരഥൻ കാത്തിരുന്നു. കുളിരും പേറിക്കുണുങ്ങിക്കുലുങ്ങി പതുങ്ങിയെത്തുന്ന കുളിർകാറ്റിനൊപ്പം കൗസല്യ കടന്നുവന്നു.

തരിവളയണിക്കൈകൾ കിലുകിലെ കിലുക്കി

കുണുങ്ങിയെത്തുന്ന മദിച്ചപുളച്ചെത്തുന്ന

സരയുനദിപോലെ

കടക്കണ്ണിൽ കാമസായകവുമായി

കവിളിണയിൽ സന്ധ്യയുടെ തുടിപ്പുംപേറി

പൂത്തുലഞ്ഞ മുല്ലവല്ലിപോലെ

പുഞ്ചിരിപ്പൂന്തേനുമായി

സുരതാഡംബരമായി

കൗസല്യ കടന്നുവന്നു.

കുളിരണിഞ്ഞ മന്ദമാരുതന്റെ തലോടലേറ്റ്, പുളകിതഗാത്രിയായ സരയുവിലേക്ക് പ്രഭാതസ്നാനത്തിനിറങ്ങും പോലെ ദശരഥൻ അവളിലേയ്ക്കിറങ്ങിച്ചെന്നു.

കുളിരോളങ്ങളുടെ തലോടലേറ്റ് പുളകിതഗാത്രിയായ സരയു

ദശരഥൻ സരയുവിലേക്കെടുത്തുചാടി നീന്തിത്തുടിച്ചു,

മുങ്ങാംകുഴിയിട്ടു, ഒടുവിൽ...

ഒരു കിതപ്പോടെ തളർച്ചയോടെ മണൽത്തട്ടിൽ തലചായ്ച്ചുകിടക്കവെ അയാൾ കണ്ടു.

സരയു നിശ്ചലയാണ്.

നിശബ്ദയാണ്.

ഒരു കുഞ്ഞിന്റെ നൈർമല്യഭാവവുമായി അവളുറങ്ങാൻ കിടക്കുന്നു. ദശരഥനവളെ മാറോടുചേർത്തു, താരാട്ടുപാടിയുറക്കി.

'രാജാവിനു രാജ്യമാണ് പ്രധാനം'

'രാജ്യപരിപാലനമാണ് മുഖ്യം'

‘രാജ്യത്തിനു സമ്പത്തും സന്നതയുമുണ്ടാക്കലാണ് ധർമ്മം’

‘പ്രജകളുടെ ക്ഷേമമാണ് വലുത് ‘

വിവാഹം വംശനിലനിൽപ്പിനുള്ള ഉപാധിമാത്രമാണ്

‘ഒരു രാജാവ് വെറും സാധാരണക്കാരനെപ്പോലെ പെരുമാറിയാൽ’ കൊട്ടാരത്തിലവിടെയുമിവിടെയും നിന്നുയരുന്ന വാക്കുകൾ. ദശരഥൻ അസ്വസ്ഥനായി.

‘ഇനിയും എന്തൊക്കെ കേൾക്കേണ്ടിവരും’

‘രാജാവ് കാമാന്ധനാണ്’

‘പെൺകോന്തനാണ്’

‘പാടില്ല’

ഇക്ഷ്വാകുവംശത്തിനൊരുപാരമ്പര്യമുണ്ട്. ആഢ്യത്വമുണ്ട്.

ഭരണ നിപുണരായ തലമുറകളുടെ ആത്മാർത്ഥതയുണ്ട് അതിലൊരു കണ്ണിയാണ് താനും. അവരെപ്പോലെ പ്രയത്നിച്ചേ മതിയാവൂ.

‘ദശരഥൻ’

പത്തുരഥ്യകളിലൂടെ ഒരേ സമയം രഥമോടിക്കുന്നവൻ

പത്തുമാനങ്ങളിലൂടെ ചിന്തിച്ച്, ഉറച്ച ഉത്തമരായ തീരുമാനമെടുക്കുന്നവൻ ഈ കഴിവുകൾ ബ്രഹ്മദത്തമാണ്. അങ്ങിനെ ലഭിച്ച പേരാണ് ദശരഥൻ.

അതുനിലനിർത്തേണ്ടതുതാനാണ് കേവലമൊരു വികാരജീവിയായി കഴിവില്ലാത്തവനായി അധ:പതിയ്ക്കരുത്.

നിറഞ്ഞ ലാവണ്യംവഴിഞ്ഞൊഴുകുന്ന സരയു.

ഇക്കിളിക്കൂട്ടുന്ന കുളിർക്കാറ്റ്. മനംമയക്കുന്ന പുഷ്പസസ്യജാലങ്ങൾ ഇവയെല്ലാം ക്ഷണികങ്ങളാണ്.

ഇവയെല്ലാം തന്നെ കുഞ്ഞുങ്ങളായിരുന്നു.

‘കുഞ്ഞായി ജനിച്ചവ’

‘കുഞ്ഞിതൾ വിരിഞ്ഞവ’

‘കുളിർന്നുലഞ്ഞവ’

അവയിലെല്ലാം കുഞ്ഞുങ്ങളിലെ നൈർമ്മല്ല്യഭാവം ഉറഞ്ഞുകൂടിയിട്ടുണ്ട്. പുലരിയും സായംസന്ധ്യയുമാണ് അവയെ തുടിപ്പിക്കുന്നതും തുടിപ്പിക്കുന്നതും.

സന്ധ്യയുടെ സൗന്ദര്യം തമസ്സിലലിയുന്നതാണ്.

തമസ്സാണപ്രശ്നം.

തമസ്സിനെ പ്രതിരോധിക്കേണ്ടത് രാജാവിന്റെ കടമയാണ്.

ബ്രഹ്മദത്തമായി ലഭിച്ച പാരിതോഷികങ്ങൾ

വീരനാണ്

ശൂരനാണ്

പരാക്രമിയാണ്

പ്രജാക്ഷേമതത്പരനാണ്

പോരാളിയാണ്

ബലവാനാണ്

ഇവ നിലനിർത്തിയെപറ്റി. രാജാവിന്റെ വ്യക്തിത്വത്തിന് മാറ്റ് കൂട്ടുന്നവയാണിതെല്ലാം.

ഗർഭാലസ്യത്തിന്റെ തളർച്ചയും അമ്മയാകുന്നതിന്റെ ഉന്മേഷവും ക്ഷീണിതമായ മുഖത്ത് പുഞ്ചിരിപ്പ നിലാവുമായി കൗസല്യ.

അവളുടെ കനമുള്ള, വലിയ, കൊങ്കകളുടെ കണ്ണുകൾ കറുത്തിരുന്നു. താഴേക്ക് തൂങ്ങിയ അവളുടെ വയർ ക്രമാതീതമായി വലുതായിവന്നു.

സ്ത്രീത്വത്തിന്റെ മഹത്വമാണ് മാതൃത്വം

മാതൃത്വം ഊറിക്കൂടുന്ന ശരീരവുമായി

മാദകത്വത്തിന്റെ ഉൾക്കുളിരുമായി

മധുരമോഹങ്ങളലയടിക്കുന്ന മനസ്സുമായി

മന്മഥ ശരങ്ങളാൽ മാതൃത്വം പകർന്നുതന്ന

തന്റെ പ്രിയന്റടുത്തേക്കവൾ നടന്നടുത്തു.

പ്രിയന്റെ സ്നേഹാർദ്രമായൊരു നോട്ടത്തിന്

ആശ്വാസം പകരുന്ന, ഉന്മേഷം പ്രദാനം ചെയ്യുന്ന ഒരു വാക്കിന് മോഹിച്ചു, ദാഹിച്ചു.

അരികിലെത്തിയ കൗസല്യ നിഷ്ക്രിയനായും ചിന്താഗ്രസ്തനായുമിരിക്കുന്ന ദശരഥനെയാണ് കണ്ടത്.

അദ്ദേഹത്തെ അലോസരപ്പെടുത്തേണ്ടെന്ന് കരുതി അവൾ മനസ്സില്ലാമനസ്സോടെ മടങ്ങിപ്പോയി.

ഉത്തരകോസല രാജാവ് തന്റെ പുത്രിയെ ദശരഥന് വിവാഹം ചെയ്തുകൊടുത്തതറിഞ്ഞ കോസലരാജ്യത്തെ വൈശ്യപ്രഭു തന്റെ പുത്രിയായ സുമിത്രയെ വിശ്രുതനായ ദശരഥനുപാണിഗ്രഹണം ചെയ്തുകൊടുത്തു.

രണ്ട്

ഒരു സായന്തനത്തിൽ പരിചാരികമാരിലൊരുവൾ വന്നറിയിച്ചു. 'തമ്പുരാട്ടി തിരുവയറൊഴിഞ്ഞു. രാജൻ ഒരച്ഛനായിരിക്കുന്നു.'

ഈ ലോകത്ത് ഏതൊരുപുരുഷനും കേൾക്കാനാഗ്രഹിക്കുന്ന വാക്കുകളാണത്. 'ഒരച്ഛനായിരിക്കുന്നു.' പുരുഷത്വം പൂത്തുലയുന്നത് 'അച്ഛനാ'കുമ്പോഴാണ്.

സ്ത്രീത്വം ധന്യതയാർജ്ജിക്കുന്നത് 'അമ്മ'യാകുമ്പോഴാണ്.

അച്ഛനാവുക,

അമ്മയാകുക

ജീവിതം സാർത്ഥകമാകുന്നത് അപ്പോഴാണ്.

ദശരഥനിലെ പിതാവ് ഉണർന്നെഴുന്നേറ്റു.

പിതൃവാത്സല്യത്തിന്റെ രോമാഞ്ചമണിഞ്ഞ് തന്റെ കുഞ്ഞിനെ കൺകുളിർക്കെ കാണാൻ, വാരിയെടുത്ത് ഉമ്മവെയ്ക്കാൻ ആനന്ദാതിരേകത്താൽ മാറോട് ചേർക്കാൻ ജന്മസാഫല്യം നുകരാൻ, വെമ്പുന്ന മനസ്സുമായി കൗസല്യയ്ക്കടുത്തേക്ക് തിരിച്ചു.

ദശരഥൻ കണ്ടു.

കൗസല്യയോട് ചേർന്ന് അമ്മിഞ്ഞപ്പാലുണ്ട് അർദ്ധമയക്കത്തിലൊരു കുഞ്ഞ്.

ഒരു പെൺകുഞ്ഞ്.

അദ്ദേഹം അസ്വസ്ഥചിത്തനായി.

ആ കർണ്ണപുടങ്ങളിലലയടിച്ചു.

'വംശവർദ്ധനവിനാണ് രാജാക്കന്മാർക്ക് വിവാഹം'

ആ മനസ്സ് അസ്വസ്ഥമായി. അച്ഛനായിരിക്കുന്നു.

നല്ലകാര്യം.

പക്ഷെ പെൺകുഞ്ഞാണ്.

അന്തഃപുരത്തിൽ തുള്ളിക്കളിക്കാനൊരു മാൻകുട്ടി,

പാറിക്കളിക്കാനൊരു പൂമ്പാറ്റ.

അതുകൊണ്ടെന്തുകാര്യം.

വംശനിലനിൽപ്പിന് പുരുഷ സന്താനമാണാവശ്യം.

അബലയും ചപലയുമായ സ്ത്രീജന്മങ്ങൾക്ക്

വംശം നിലനിർത്താനാകില്ലല്ലോ.

'കുടുംബം വിട്ട് മറ്റൊരുകുടുംബത്തിലേക്ക്'

'രാജ്യം വിട്ട് മറ്റൊരു രാജ്യത്തേക്ക്'

'വംശം വിട്ട് മറ്റൊരു വംശത്തിലേക്ക് ചേക്കേറുന്നവരാണ് സ്ത്രീകൾ'

മാതകത്വം നിറഞ്ഞ ശരീരം ആടയാഭരണങ്ങളാൽ വർണ്ണോജ്വലമാക്കി മിന്നിത്തിളങ്ങുന്ന അപ്സരസുന്ദരികളാണ് സ്ത്രീകൾ.

കൊട്ടാരങ്ങളിലെ വർണ്ണപ്രഭ മാത്രമാണ് സ്ത്രീ.

ഒരച്ഛന്റെ വികാരവായ്പ്പോടെ ആ കുഞ്ഞിനെ വാരിയെടുക്കാൻ, ആമൂർദ്ധാവിലൊരുമ്മ കൊടുക്കാൻ മനസ്സെത്ര പ്രേരിപ്പിച്ചിട്ടും ദശരഥനായില്ല.

എല്ലാ മോഹങ്ങളുമുള്ളിലടക്കിപ്പിടിച്ച് മറ്റെന്തോ തേടുന്നത് പോലെ അദ്ദേഹം ക്ഷണനേരംകൊണ്ടവിടംവിട്ടു.

കൊട്ടാരത്തിലൊരതിഥി വന്നിരിക്കുന്നു.

അംഗരാജൻ ലോമപാദൻ

ആത്മസുഹൃത്തായ ലോമപാദൻ

മാത്രമല്ല കൗസല്യയുടെ സഹോദരിയായ വർഷിണിയുടെ ഭർത്താവാണദ്ദേഹം.

തന്റെ ബന്ധുവുമാണ്.

വർഷിണിയൊത്താണ് ലോമപാദൻ എത്തിയത്.

സഹോദരിയുടെ കുഞ്ഞിനെകാണാനുള്ള ആകാംക്ഷ വർഷിണിയുടെ മുഖത്ത് പ്രകടമായിരുന്നു.

മരുന്നും മന്ത്രതന്ത്രങ്ങളുമായി വർഷങ്ങൾ കാത്തിരുന്നിട്ടും ഒരമ്മയാവാൻ കഴിയാത്തതിലുള്ള വ്യഥ ആ മുഖത്ത് പ്രകടമാണ്.

വർഷിണിയിലും ലോമപാദനിലും സന്തോഷം അലയടിക്കുന്നത് ദശരഥൻ കണ്ടു.

വർഷിണി കൗസല്യക്കടുത്തെത്തി.

'വരൂ ജേഷ്ഠത്തീ വരൂ.'

തളർന്ന ശബ്ദത്തിൽ കൗസല്യ വർഷിണിയെ സ്വാഗതം ചെയ്തു.

വർഷിണി ആർത്തിയോടെ ആ കുഞ്ഞിനെ വാരിയെടുത്തു മാറോട് ചേർത്തു തെരുതെരെ ഉമ്മകൾകൊണ്ട് മൂടി. താൻ സ്വർഗ്ഗത്തിലെത്തിയപോലെ തോന്നി അവൾക്ക്. കുഞ്ഞ് കരയുന്നു.

ദയനീയതയാർന്ന ഒരു നോട്ടം വർഷിണിക്ക് നേരെ.

എന്ത്, മാതൃത്വം സിരകളിലൂടെ വർഷിണിയിൽ പടർന്നുകയറി.

മുലചുരക്കുന്നതുപോലെ അവൾക്കുതോന്നി.

വർഷിണി കുഞ്ഞിനെ മാറോട് ചേർത്തു.

താരാട്ടുപാടി കുഞ്ഞ് ക്രമേണ ശാന്തയായി.

'അനിയത്തീ... എനിക്കിവളെ താഴെവെക്കാൻ തോന്നുന്നില്ല. നോക്കൂ. അവളുടെ കുഞ്ഞിക്കൈകൾക്കൊണ്ടവളെന്നെ പൊത്തിപ്പിടിക്കുന്നു.' ഒരിക്കലും ഒരമ്മയാവാൻ കഴിയാത്ത ദുഃഖം കടിച്ചമർത്തി നിൽക്കുന്ന വർഷിണിയോട് കൗസല്യ പറഞ്ഞു. 'ജേഷ്ഠത്തീ.. അവളെ താഴെ വെക്കേണ്ട. എടുത്ത് മാറോട് ചേർത്തോളൂ. ഓമനിച്ചുകൊള്ളൂ.. കൊഞ്ചിച്ച് ലാളിച്ചുകൊള്ളൂ.'

'ശരിയാണ് കൗസല്യ പറഞ്ഞതാണ് ശരി.' ദശരഥന്റെ ശബ്ദമാണ്. വർഷിണി തിരിഞ്ഞുനോക്കുമ്പോൾ കണ്ടു.

കൂടെ ലോമപാദനുമുണ്ട്.

'നിങ്ങൾക്കാവശ്യം ഒരു കുഞ്ഞാണ് ഇക്ഷ്വാകുവംശത്തിനാകട്ടെ ഒരാൺകുഞ്ഞിനെയുമാണ്. ആണായാലും പെണ്ണായാലും ഒരു കുഞ്ഞാണ് നിങ്ങൾക്കാവശ്യം. ആഗ്രഹിച്ചെത്തുന്നവരെ നിരാശപ്പെടുത്തുന്നവരല്ല ഇക്ഷ്വാകുവംശക്കാർ.' ദശരഥൻ പറഞ്ഞു.

വർഷിണിയുടെ കയ്യിൽ നിന്നും കുഞ്ഞിനെ വാങ്ങി ലോമപാദൻ മാറോട് ചേർത്തു.

ദശരഥൻ കൗസല്യയോട് പറഞ്ഞു.

'നോക്കു നിന്റെ ജേഷ്ഠത്തിയുടെ സന്തോഷം. അത് നിന്റേയും

സന്തോഷമല്ലേ.'കൗസല്യ നിശബ്ദതപാലിച്ചു.

കുലാംഗനമാർ അങ്ങിനെയാണ്.

അടക്കവും ഒതുക്കവും വണക്കവുമാണ് അവരുടെ മുഖമുദ്ര.

ഭർത്താവാണവരുടെ ദൈവം.

അനുസരണയാണവരുടെ മഹത്വം.

തേങ്ങുന്ന ശോകത്താലുരുകുന്ന മനസ്സിനെ രാജകീയ്യമെന്ന, ആഢ്യത്വമെന്ന പുതപ്പുകൊണ്ട് പൊത്തിപ്പിടിച്ചു കൗസല്യ അടങ്ങിയൊതുങ്ങിക്കിടന്നു.

ഒരു നിയോഗമെന്നപോലെ കൗസല്യാപുത്രി ലോമപാദവർഷിണി ദമ്പതികളുടെ വളർത്തുപുത്രിയായി അംഗരാജ്യത്ത് വളർന്നു. അവരവളെ ശാന്ത എന്ന് പേരിട്ടുവളർത്തി. അംഗരാജധാനിയിലവൾ കെടാത്ത നിറദീപമായി പ്രകാശിച്ചുകൊണ്ടിരുന്നു.

അങ്ങിനെയിരിക്കെ അനാവൃഷ്ടിയാൽ അംഗരാജ്യം വരണ്ടു. വരൾച്ചയുടെ കരാളഹസ്തങ്ങൾ മാന്തിക്കീറിയ അംഗരാജ്യത്തിലെ ചാലുകളിലൂടെ ദാഹം പുളച്ചുമദിച്ചാർത്തുരസിച്ചുകൊണ്ടിരുന്നു. കൊടും വേനലിന്റെ കാളിമയാർന്ന് അംഗരാജ്യം തളർന്ന് പിടഞ്ഞുകൊണ്ടിരുന്നു. ഒരിറ്റു ദാഹജലത്തിനായി പ്രജകൾ ഭ്രാന്തുപിടിച്ചലഞ്ഞുതിരിഞ്ഞു. കണ്ണീർച്ചാലുണങ്ങി പൊറ്റപിടിച്ച മുഖവുമായി രാജ്യം ലോമപാദ മഹാരാജാവിനെ നോക്കി പരിഹാസത്തോടെ ചിരിച്ചു.

പരിഹാസത്തിനെന്തുപോംവഴിയെന്നാലോചിക്കാൻ ലോമപാദൻ രാജസദസ്സുകൂടി, മഹർഷിശ്രേഷ്ഠരും മറ്റു വിശിഷ്ട വ്യക്തികളുമായി കൂടിയാലോചനയ്ക്കൊടുവിൽ ഒരു യാഗം നടത്താൻ തീരുമാനിച്ചു. യാഗാചാര്യനായി അവർ കണ്ടെത്തിയത് ഋഷ്യശൃംഗനെയാണ്.

വിഭാണ്ഡക പുത്രനായ ഋഷ്യശൃംഗനെ.

തന്റെ പിതാവിനെയല്ലാതെ മറ്റുമനുഷ്യരെ നാളിതുവരെ കാണാതെ വളർന്ന ഋഷ്യശൃംഗൻ.

ഭൗതികതയുടെയും ലൗകികതയുടെയും ലാഞ്ചന ഏൽക്കാതെ വളർന്നവൻ

പരുക്കൻ വഴികളിലൂടെ കഠിനാദ്ധ്വാനവും ചിന്തയും മാത്രമായി ജീവിച്ചുവന്നവൻ.

പ്രകൃതി സൗന്ദര്യത്തെക്കാണാത്ത

സ്ത്രീത്വത്തിന്റെ സുഗന്ധമെന്തെന്നറിയാത്ത

കാർക്കശ്യത്തിന്റെ കാഠിന്യം മാത്രമനുഭവിച്ചുജീവിക്കുന്ന

ഋഷ്ശൃംഗനല്ലാതെ മറ്റാർക്കും നിശ്ചയദാർഢ്യത്തോടെ കഠിനാദ്ധ്വാനം ചെയ്ത് ഈ കർമ്മപദ്ധതി വിജയിപ്പിക്കാനാവില്ലെന്നാണ് രാജസദസ്സിന്റെ തീരുമാനം. പക്ഷേ. ഋഷ്യശൃംഗനെക്കൊണ്ട് അതിന് തയ്യാറാക്കുക എന്നത് വലിയൊരു കീറാമുട്ടിയായി മുന്നിലുണ്ട്. എന്തുചെയ്തും ഋഷ്യശൃംഗനെ അംഗരാജ്യത്തെത്തിക്കുകയാണെങ്കിൽ ബാക്കികാര്യങ്ങൾ പണ്ഡിത സദസ്സ് ഏറ്റെടുത്ത് നടപ്പിലാക്കാമെന്നഉറപ്പിന്മേൽ ലോമപാദൻ ആകർത്തവ്യം ഏറ്റെടുക്കാൻ നിർബന്ധിതനായി. ഉപദേശകന്മാരായ വിദ്വൽ സദസ്സിന്റെ അഭിപ്രായ പ്രകാരം ലോമപാദൻ വിശന്നുതളർന്നവശനായ ഒരുവന് പോഷകസമൃദ്ധമായ ഭക്ഷണം നൽകി വശീകരിക്കുന്നതുപോലെ കഠിനാദ്ധ്വാനം മാത്രം ജീവിതചര്യയാക്കിയ ഋഷ്യശൃംഗനെ യൗവ്വനമാദകത്തിന്റെ ലഹരി എന്തെന്നു കാണിച്ചുകൊടുത്ത് വശീകരിക്കാൻ തീരുമാനിച്ചു.

കൊട്ടാരത്തിലെ മാദകസൗന്ദര്യവതികളും വശീകരണ തന്ത്രമുള്ളവരുമായ ഒരുസംഘം വേശ്യാംഗനമാരെ നിയോഗിച്ച് അദ്ദേഹത്തെ അംഗരാജ്യത്തെത്തിക്കാമെന്ന് ലോമപാദൻ തീരുമാനിച്ചു. ആ വഴി അവലംബിച്ചു. ലാവണ്യവും മാദകത്വവുമുള്ള ശൃംഗാരകുഴമ്പുകളെ അദ്ദേഹം ഇതിനായി ഏർപ്പാടാക്കി. ദൗത്യമേറ്റെടുത്ത വേശ്യാസംഘം കാടുംമേടും കാട്ടരുവികളും കുന്നുംകുഴിയും കൈത്തോടുകളും കടന്ന് അവർ ഒരാശ്രമപ്രദേശത്തെത്തി. വിഭാണ്ഡക മഹർഷിയുടെ ആശ്രമമായിരുന്നു അത്. ഇതുതന്നെയാണ് നമ്മളന്വേഷിച്ച സ്ഥലം.

മനോഹരമായ പ്രകൃതി

കിളിനാദങ്ങളാലും കളമൊഴികളാലും മനോന്മയഭൂമി

കായ്കനികൾ സുഭിക്ഷമായ് വിളയുന്ന വൃക്ഷങ്ങൾ

സുഗന്ധപൂരിതമായ പുഷ്പങ്ങൾ വിരിഞ്ഞുനിൽക്കുന്ന പൂച്ചെടികൾ

ദർഭയും ജമന്തിയും ദശപുഷ്പ്പങ്ങളും നിറഞ്ഞ

പച്ചപുൽമേടുകളും കൈത്തോടുകളുമുള്ള

അതിവൈശിഷ്ടം നിറഞ്ഞ ഭൂപ്രദേശം

നാളിതുവരെ ഒരുസ്ത്രീയേയും കണ്ടിട്ടില്ലാത്തവനും സ്ത്രീപുരുഷ വ്യത്യാസമെന്തെന്നറിയാത്തവനും ആഗ്നിഹോത്രവും ആശ്രമപരിപാലനവുമായി കഴിഞ്ഞുകൂട്ടുന്നവനുമായ ഋഷ്യശംഗൻ ആകസ്മികമായി ആശ്രമം വിട്ടുപുറത്തിറങ്ങി. വിഭാണ്ഡകമഹർഷി മറ്റെവിടെയോ പോയതായിരുന്നു. ഇതുതന്നെ പറ്റിയ സമയം ശൃംഗാരക്കുഴമ്പുകളും സർവ്വാലങ്കാരഭൂഷിതകളും സുഗന്ധലേപനാദികൾ ധരിച്ചവരുമായ വേശ്യാംഗനമാർ അദ്ദേഹത്തിന്റെയടുത്തെത്തി. വളരെ മധുരമായി സംഗീതസാന്ദ്രമായി

അവർ ഋഷിശൃംഗനോട്.

'അങ്ങാരാണ്, ഏതാണ്, എന്താണ് പ്രവൃത്തി' എന്നെല്ലാം ചോദിച്ചു.

അവരെ കണ്ടതും ആ സംഭാഷണം കേട്ടതും ഋഷ്യശൃംഗന് ഏതോ മായികലോകത്തെത്തിയപോലെ തോന്നി.

ഇത്തരം സുന്ദരഗാത്രം അദ്ദേഹമാദ്യമായിട്ടാണ് കാണുന്നത്.

മനം മയക്കുന്ന സംഗീതധാരപോലുള്ള സംഭാഷണവും അദ്ദേഹത്തെ കോൾമയിർക്കൊള്ളിച്ചു.

അവരുടെ ശരീരത്തിൽ നിന്നുവമിക്കുന്ന ഹൃദന്തസുഗന്ധം അദ്ദേഹത്തെ മത്തുപിടിപ്പിച്ചു.

'ഞാൻ വിഭാണ്ഡക മഹർഷിയുടെ പുത്രനാണ് എന്റെ പേര് ഋഷ്യശൃംഗനെന്നാണ്. അഗ്നിഹോത്രാദികളിലൂടെ ജ്ഞാനസമ്പാദനം നേടലും ആശ്രമപരിസരം പരിപാലിക്കലുമാണെന്റെ പ്രവൃത്തി'എന്നദ്ദേഹം പറഞ്ഞു.

'നിങ്ങളെപോലുള്ളവരെ ഞാനാദ്യമായാണ് കാണുന്നത്.'

അതുകേട്ട് അവർ വശ്യസുന്ദരമായി ചിരിച്ചു.

പൂനിലാവിന്റെ കാന്തിയാർന്ന ആചിരിയിൽ ഋഷ്യശൃംഗൻ ആകൃഷ്ടനായി.

'നിങ്ങളെ ഞാൻ ആശ്രമത്തിലേക്ക് ക്ഷണിക്കുന്നു വരൂ. അർഘ്യപാദ്യാദികൾ സ്വീകരിയ്ക്കൂ.' എന്ന് പറഞ്ഞു.

ഇതുകേട്ട വേശ്യാംഗനമാർ ക്ഷണം സ്വീകരിച്ച് ആശ്രമത്തിലേക്ക് ചെന്നു. ഋഷ്യശൃംഗന്റെ ആതിഥ്യം സ്വീകരിച്ചു.

വശ്യമായി ചിരിച്ചുകൊണ്ടവർ ഞങ്ങൾ അഭിവാദ്യം ചെയ്യട്ടയോ എന്നു ചോദിച്ചുകൊണ്ട് അദ്ദേഹത്തെ ആലിംഗനം ചെയ്തു.

പൂവിതളുകൾ പോലെ മൃദുലമായ അവരുടെ ശരീരം തന്നിൽ ചേർന്നപ്പോൾ ഋഷ്യശൃംഗൻ സ്വയം മറന്നുനിന്നു. സുഗന്ധവും മാദകത്വവും ചേർന്ന് അവരുടെ ആലിംഗനത്തിലലിഞ്ഞ് ഭ്രമാത്മകതതയിലാണ്ടു നിൽക്കെ അവർ അദ്ദേഹത്തിനായ് ഫലങ്ങളും പലഹാരങ്ങളും നൽകി. വിഭാണ്ഡകനെത്തുംമുമ്പ് അവിടുന്ന് രക്ഷപ്പെടണമെന്ന വിചാരത്തോടെ വേശ്യാംഗനമാർ യാത്രപറഞ്ഞിറങ്ങി.

ആരാണവർ

തന്നെപ്പോലല്ല അവരുടെ ഗാത്രം

മൃദുലവും മോഹിപ്പിക്കുന്നതുമാണാഗാത്രം

തനിക്കോ അച്ഛനോ ഇല്ലാത്ത ഒരുപ്രത്യേകതയുണ്ടവർക്ക്.

അവരുടെ മാറത്ത് ഭംഗിയും മൃദുത്വവുമുള്ള രണ്ട് ഗോളങ്ങളുണ്ട്.

അതു തന്റെ ദേഹത്തുസ്പർശിച്ചപ്പോൾ പറഞ്ഞറിയിക്കാൻ പറ്റാത്ത ഒരനുഭൂതി.

അവരുടെ സംസാരത്തിനുതന്നെ മാധുര്യവും സംഗീതവുമുണ്ട്.

പിറ്റേന്നദ്ദേഹം അവരെ തലേന്നുകണ്ടുമുട്ടിയ സ്ഥലത്ത് വീണ്ടും കണ്ടുമുട്ടിയെങ്കിൽ എന്ന ചിന്തയുമായി ചെന്നുനിന്നു. കാത്തുനിൽപ്പ് വെറുതെയായില്ല. അവർ വന്നു. അവരന്നും സല്ലപിച്ചു. അദ്ദേഹത്തെ അവരോരോരുത്തരും മാറിമാറി ആലിംഗനം ചെയ്തു. കവിളോടുകവിൾ ചേർത്ത് അവരദ്ദേഹത്തെ ചുംബനങ്ങൾക്കൊണ്ട് കോരിത്തരിപ്പിച്ചു. അവരദ്ദേഹത്തോടപേക്ഷിച്ചു.

'താപസശ്രേഷ്ഠാ ഞങ്ങൾ താങ്കളുടെ ആതിഥ്യം സ്വീകരിച്ചു. അങ്ങ് ഞങ്ങളുടെ ആതിഥ്യം സ്വീകരിച്ചാലും. ഞങ്ങളുടെ ആശ്രമത്തിലേക്ക് വന്നാലും.' ഒരാജ്ഞാനുവർത്തിയെപ്പോലെ ഋഷ്യശൃംഗൻ അവരെ അനുഗമിച്ചു. കാടും മേടും കുന്നും പുഴയും കൈത്തോടുകളും കടന്ന് അവരുടെ ശ്രുതിമധുരവും ശൃംഗാരസാന്ദ്രവുമായ സംഭാഷണമാസ്വദിച്ച് അദ്ദേഹം അംഗരാജ്യത്തെത്തി.

ലോമപാദന്റെ നിയോഗപ്രകാരം ഋഷ്യശൃംഗനെ പരിചരിച്ചത് പ്രസ്തുത വേശ്യാങ്ഗനമാർതന്നെയായിരുന്നു.

അവരുടെ കഴിവുകളെല്ലാമുപയോഗിച്ച് അദ്ദേഹത്തെ കോൾമയിർ ക്കൊള്ളിച്ചുകൊണ്ടിരുന്നു.

അവരുടെ കുളിരുള്ള ചൂടാർന്ന ലഹരിനുണഞ്ഞ് വികാരവിവശ നായിത്തീർന്ന അദ്ദേഹത്തോട് 'നോക്കു ഞങ്ങളുടെ ആശ്രമം എത്ര സുന്ദരമാണല്ലേ.'

'ശരിയാണ് ഞാനാനന്ദത്തിന്റെ പരമകോടിയിലെത്തിയതുപോലെ തോന്നുന്നു.'

'പക്ഷേ മഹാത്മാവേ അനാവൃഷ്ടിയിലിവിടം വരണ്ടുകിടക്കുകയാണ്. ഒരു തുള്ളി വെള്ളത്തിനായി ഞങ്ങൾ കേഴുകയാണ്. അങ്ങതിനുപരി ഹാരം കാണണം. ഇവിടെ ജലസമൃദ്ധമായാൽ ഇപ്പോളുള്ളതിനേക്കാൾ ആനന്ദമനുഭവിയ്ക്കാം'

'ഞാൻ ഒന്നു ശ്രമിക്കട്ടെ.' കഠിനാദ്ധ്വാനിയും ജ്ഞാനിയുമായ ഋഷ്യ ശൃംഗൻ സ്വയം കർമ്മ പദ്ധതി ആവിഷ്ക്കരിക്കാനും നടപ്പിലാക്കാനും തയ്യാറായി. മഹർഷിവിദ്വാന്മാരും പണ്ഡിതശ്രേഷ്ഠരും മറ്റനുയായികളും

അദ്ദേഹത്തോടൊപ്പം കൂടി. യാഗമാരംഭിച്ചു. പൂർണ്ണതയിലെത്തി അംഗരാജ്യം പുളകിതയായി

ഉർവ്വരയായി.

പുഷ്പിണിയായി.

അംഗരാജ്യം ആനന്ദക്കണ്ണീരൊഴുക്കി.

പ്രജകളുടെ ഉത്സാഹം കണ്ട് ലോമപാദൻ തൃപ്തനായി.

രാജ്യമൊന്നാകെ ഋഷ്യശൃംഗനെ പുകഴ്ത്തിക്കൊണ്ടിരുന്നു. എന്നാൽ ഈ അവസ്ഥയ്ക്ക് കാരണക്കാരികളായ വേശ്യാംഗനമാർ തമസ്ക്കരിക്കപ്പെട്ടു.

ലക്ഷ്യം സാധിച്ചുതന്ന ഋഷ്യശൃംഗന് എന്താണ് സമ്മാനമായി നൽകേണ്ടത്. അതിവിശിഷ്ടവും വിലമതിക്കാനാവാത്തതും അദ്ദേഹമിച്ഛിക്കുന്നതുമായ എന്തെങ്കിലും കൊടുക്കണമെന്ന് മഹർഷിമാരും വിദ്വൽ സദസ്സും അഭിപ്രായപ്പെട്ടു.

അംഗരാജ്യം തന്നെ അദ്ദേഹത്തിനു നൽകാൻ ലോമപാദൻ തയ്യാറാണ്. പക്ഷെ ആത്മീയതയുടെ പരമോന്നതിയിൽ വിരാജിയ്ക്കുന്ന ഋഷ്യശൃംഗന് രാജ്യം, രാജഭരണം എന്നിവ എന്തിന്. അധികാരത്തിൽ എന്നല്ല ഇന്ദ്രീയവിജയം നേടിയ അദ്ദേഹത്തെ എന്തുകൊടുത്തും തൃപ്തിപ്പെടുത്തണമെന്നറിയാതെ അവർ കുഴങ്ങി.

സ്ത്രീ അദ്ദേഹത്തിന്റെ ഒരു ദൗർഭല്യമാണ്.

എന്നാൽ വിഷയസുഖം മാത്രം പ്രദാനം ചെയ്യുന്ന കാമാതുരത്വവും മാദകത്വവുമുള്ള വേശ്യാംഗനമാരിൽ നിന്നും നിരന്തരം ലഭിക്കുന്ന സുഖം ക്രമേണ മടുപ്പുളവാക്കിയേക്കാം.

ധനധാന്യങ്ങളിലദ്ദേഹം തൃപ്തനല്ല. എന്താണൊരു പോംവഴി.' ഒടുവിൽ അവരതിനു പരിഹാരം കണ്ടെത്തി. പണ്ഡിതയും സുന്ദരിയും ഭൗതിക ജീവിതത്തിന്റെ വഴികാട്ടിയും ദീർഘവീക്ഷണമുള്ളവളുമായ ഒരു സ്ത്രീരത്നത്തെ അദ്ദേഹത്തിനു നൽകുക.

ഇപ്പറഞ്ഞതെല്ലാം ലോമപാദനെ സംബന്ധിച്ചിടത്തോളം തന്റെ ജീവനേക്കാൾ വിലയുള്ള ഒന്നേയുള്ളൂ. അദ്ദേഹത്തിന്റെ വളർത്തുപുത്രി ശാന്ത. ഒടുവിലതിനുതീരുമാനമുണ്ടായി.

സ്ത്രീത്വത്തിന്റെ നിറകുടമായ ശാന്ത ഋഷ്യശൃംഗനുമായുള്ള സഹവാസത്താൽ ആത്മീയതയും ഭൗതികതയും ചേർന്ന് അതിവൈശിഷ്ട്യഗുണങ്ങളാർന്ന് ഒരു പുത്തൻ സംസ്കാരത്തിന്റെ പ്രതീകമാവുകയും ചെയ്തു. ഈ ലോകത്തിന് തന്നെ അതൊരു മുതൽക്കൂട്ടാകുകയും ചെയ്തു.

മൂന്ന്

കൈകേയി കേകയരാജധാനിയിലെ സ്വർണ്ണമാരാളിക
സുന്ദരിയാണവൾ

സുശീലയാണവൾ

പണ്ഡിതയാണവൾ

ദീർഘവീക്ഷണത്തോടെ കാര്യങ്ങൾ സൃഷ്ടിക്കാനുള്ള പാടവമുള്ളവൾ

ധീരയാണവൾ

വീരവനിതയാണവൾ

അഭിമാനയുക്തയാണ്

ആഭിജാത്യവിജംഭിതയാണ്.

കുഞ്ഞായിരിക്കെ കൊട്ടരക്കെട്ടിലങ്ങോളമിങ്ങോളം തുള്ളിക്കളിച്ച

സ്വർണ്ണമാൻകുട്ടി

കൊഞ്ചിക്കുഴഞ്ഞു പാറിപ്പറന്ന പഞ്ചവർണ്ണക്കിളി

പ്രകാശം പരത്തുന്ന പെൺകുട്ടിയായിരുന്നു അവൾ.

എല്ലാവരുടെയും പ്രശംസ പിടിച്ചുപറ്റിയ പൊന്നോമനയായിരുന്നവൾ. ഒരിക്കൽ രാജ്യതന്ത്രജ്ഞനായ കേകയരാജാവിന് ലഭിച്ച ഒരു രഹസ്യവിവരം എന്തെന്നറിയാനുള്ള ആകാംക്ഷയോടെ കൈകേയിയുടെ മാതാവ് ഭർത്താവിനെ സമീപിച്ചു. പഞ്ചാരവാക്കോതിയും കൊഞ്ചിക്കുഴഞ്ഞും കരഞ്ഞുപിഴിഞ്ഞും സ്ത്രീസഹജമായ

എല്ലാകഴിവുകളും പയറ്റിനോക്കി. പക്ഷെ രാജരഹസ്യങ്ങൾ പുറത്തുപറയാൻ കേകയരാജൻ തയ്യാറായില്ല.

സഹികെട്ട് കോപാക്രാന്തയായ അവർ 'അങ്ങുചത്താലും ജീവിച്ചിരുന്നാലും ശരി എനിക്കാരഹസ്യം അറിഞ്ഞേ മതിയാകൂ' എന്ന് ശഠിച്ചു. എന്തുപറഞ്ഞിട്ടും കേകയരാജാവിനു കുലുക്കമുണ്ടായില്ല. എങ്കിൽ ഞാൻ വിഷപാനം ചെയ്തു ജീവനൊടുക്കും എന്നുവരെ അവർ പറഞ്ഞെങ്കിലും കേകയ രാജാവ് രഹസ്യം രഹസ്യമാക്കിതന്നെവച്ചു. അവൾ പറഞ്ഞതുപോലെ ജീവനൊടുക്കി. കേകയരാജാവ് ഒന്നുഞെട്ടി തന്റെ മകൾക്ക് ഇനിയാരുണ്ട് എന്ന വ്യഥ അദ്ദേഹത്തെ അസ്വസ്ഥനാക്കി. പിന്നീട് കൈകേയിയുടെ അച്ഛനും അമ്മയും അദ്ദേഹമായിരുന്നു. ലോകത്തൊരു പെൺകുട്ടിക്കും ലഭിക്കാത്ത സൗഭാഗ്യങ്ങളാണ് കൈകേയി അനുഭവിച്ചിരുന്നത്. കളിച്ചും തിരിച്ചും മതിമറന്ന ബാല്യത്തിനും ശേഷം കൗമാരത്തിലെത്തിയ കൈകേയി അറിവിന്റെ കാണാപ്പുറങ്ങൾ തേടിക്കൊണ്ടിരുന്നു. യൗവനത്തിലെത്തിയതും അവളും സ്വപ്നങ്ങൾ കണ്ടുകൊണ്ടിരുന്നു. സൽസ്വഭാവിയും ആരാലും ബഹുമാനിതയുമായിരുന്നു അവൾ. സംതൃപ്തവും സുശോഭനവുമായ ഒരു ഭാവിജീവിതം മുന്നിലുണ്ടെന്നറിഞ്ഞ് അവളും സ്വപ്നങ്ങൾക്കൊണ്ട് തീർത്ത കൊട്ടാരത്തിൽ ആരെയോ കാത്തിരുന്നു.

വിധിമഹിമ അലംഘനീയമാണല്ലോ

എല്ലാ സ്വപ്നങ്ങളും പൂവണിയാതില്ലല്ലോ.

***

കീർത്തിമാനും അതിശക്തനുമായ ഭരണാധികാരിയായ ദശരഥനെ ലോകർക്കെല്ലാം ഭയവും ഭക്തിയും ബഹുമാനവുമായിരുന്നു. അദ്ദേഹവുമായി സൗഹൃദമോ ബന്ധമോ സ്ഥാപിക്കാനെല്ലാരാജാക്കന്മാരും ആഗ്രഹിച്ചിരുന്നു. കാരണം വൈരം തോന്നിയ രാജ്യത്തെ ആക്രമിച്ചു കീഴടക്കുന്ന സ്വഭാവക്കാരനായിരുന്നു ദശരഥൻ. സ്വന്തം നിലനിൽപ്പിന് എന്തുവിട്ടുവീഴ്ച ചെയ്യാനും എല്ലാ രാജാക്കന്മാരും തയ്യാറായിരുന്നു. അങ്ങിനെയിരിക്കെ യൗവനം വിട്ടൊഴിയാൻ തുടങ്ങുന്ന ദശരഥന് ഇനിയുമൊരു പിൻഗാമി. പുത്രനുണ്ടാകാത്തതിന്റെ വ്യഥ കഠിനമായിരുന്നു. രാജസദസ്സിലെ പണ്ഡിതർ അദ്ദേഹത്തെ ഉപദേശിച്ചു.

കൗസല്യയിലും സുമിത്രയിലും പുത്രന്മാരില്ലെന്നതാണല്ലോ പ്രശ്നം. ഒരു പരീക്ഷണമെന്ന നിലയ്ക്ക് രാജാവ് ഒന്നുകൂടി വിവാഹം കഴിക്കുക. യുവതി യായൊരുവളിൽ ഒരുപക്ഷെ പുത്രോൽപ്പാദനം നടന്നേക്കാം.

സ്ത്രീ ദശരഥന്റെ ഒരു ബലഹീനതയായിരുന്നു. കൗസല്യയ്ക്കും

സുമിത്രയ്ക്കും പുറമെ നൂറ്കണക്കിന് രഹസ്യ ഭാര്യമാരും പരിചാരികമാരുമായി അദ്ദേഹം ബന്ധം പുലർത്തിയിരുന്നു എന്ന അരമന രഹസ്യം അങ്ങാടിപാട്ടായതുമാണ്. കാര്യമെന്തായാലും ഒരു വിവാഹത്തിന് ദശരഥൻ തയ്യാറായി. ദശരഥനുമായി ബന്ധം സ്ഥാപിക്കാനുള്ള ഈ വഴി പലരാജാക്കന്മാരും കരഗതമാക്കാൻ കിണഞ്ഞുപരിശ്രമിച്ചു കൊണ്ടിരുന്നു.

കേകയ രാജാവും ദശരഥനുമായി ബന്ധം സ്ഥാപിക്കാനുള്ള ഈ വഴി പ്രയോജനപ്പെടുത്തിയാലോ എന്ന് ചിന്തിച്ചു. പിന്തുടർച്ചാവകാശിയില്ലാതെ വിഷമിക്കുന്ന ദശരഥന് തന്റെ പുത്രിയെ വിവാഹം ചെയ്തു കൊടുത്താൽ ഈശ്വരകൃപയാൽ തന്റെ പുത്രിയിൽ അദ്ദേഹത്തിനൊരു പുത്രൻ ജനിച്ചാൽ ഒരു രാജവംശത്തിന്റെ സ്ഥാപകമാതാവായി അറിയപ്പെടും തന്റെ പുത്രി. വീരനും ധീരനുമായ ദശരഥൻ തന്റെ ജാമാതാവാണെന്ന് പറയുന്നത് തനിക്ക് ശ്രേഷ്ഠതയാണ്. ഇനി സുമിത്രയിലൊരു പുത്രൻ ജനിച്ചാലും ക്ഷത്രിയ കുലജാതനായ തന്റെ പുത്രി സുതനാണ് ന്യായമായും രാജപദവി ലഭിക്കുക. പ്രായമധികമാണെങ്കിലും ദശരഥൻ കീർത്തിമാനാണ്. ശ്രേഷ്ഠനാണ്. ഇതിൽപരം മറ്റൊരു അവസരം ഇനി വന്നെന്ന് വരില്ല. അദ്ദേഹം കൈകേയിയെ രാജാവിന് കൊടുക്കാൻ തയ്യാറായി. ആദ്യമൊന്ന് പതറിപ്പോയെങ്കിലും പണ്ഡിതയായ കൈകേയി ചിന്തിച്ചു. സ്വപ്നങ്ങളും യാഥാർത്ഥ്യങ്ങളും രണ്ടാണ്.

എല്ലാ സ്വപ്നങ്ങളും യഥാർത്ഥമാകാറില്ല.

ഈ പ്രപഞ്ചത്തിൽ മനുഷ്യനെന്ന് പറയപ്പെടുന്നവൻ സമൂഹജീവിയാണ്.

സമൂഹത്തിന്റെ ഒരു ഘടകമായ മനുഷ്യൻ സമൂഹത്തിന്റെ ഉന്നമനത്തിന് വേണ്ടിയാണ് പ്രവർത്തിക്കേണ്ടത്.

മോഹങ്ങൾ സ്വാർത്ഥങ്ങളാണ്.

സ്വാർത്ഥത സമൂഹ ഉന്നമനത്തിന് വിഘാതമാണ്.

പിതാവ് ഇക്കാലമത്രയും മാതാവിന്റെയും പിതാവിന്റെയും ഭാവങ്ങളിലാണ് തന്നെ വളർത്തിയത്.

അദ്ദേഹത്തിന്റെ ഇംഗിതം ന്യായമാണ്.

പിതാവിന്റെ ആഗ്രഹം നിരസിച്ചാൽ ?.

ഒരുപക്ഷെ അദ്ദേഹം വഴിപ്പെട്ടേക്കും.,

തന്റെ സ്വാർത്ഥത വിജയിക്കുകയും ചെയ്യും.

പക്ഷെ അതുകൊണ്ടെന്തുഗുണം. തനിക്കനുരൂപനായ യുവാവിനെ കണ്ടെത്തി പങ്കാളിയാക്കിയാലും വിധിയൊരുപക്ഷെ അത് തകർത്തെറിഞ്ഞാൽ തനിക്കോ പിതാവിനോ സമൂഹത്തിനോ ഒരു കാര്യവും സാധിക്കാതെവരും താൻ നിരന്തരം ദുഖിതയാവാനുംമതി. ദശരഥൻ വൃദ്ധപ്രായമെത്തിയവനാണ്.

സ്ത്രീജിതനാണ്.

എങ്കിലും അദ്ദേഹം കീർത്തിമാനാണ്.

അദ്ദേഹവുമായുള്ള ബന്ധം ഈ രാജ്യത്തിന് ശ്രേയസ്ക്കരമാണ്.

പിതാവിന്റെ ആവശ്യം അതാണ്.

പിതാവിന്റെ സന്തോഷം നിലനിർത്തേണ്ടതാണ്.

പിതാവ് മാതാവ് നഷ്ടപ്പെട്ട തനിക്ക് വേണ്ടി ഒരുപാട് സഹിച്ചവനാണ്.

പിതാവിനെ വേദനിപ്പിക്കുന്ന ഒരു പ്രവൃത്തിയും ധർമ്മമല്ല.

എല്ലാ മോഹങ്ങളും ഉള്ളിലടിക്കി എല്ലാ സ്വപ്നങ്ങളെയും ആട്ടിയോടിച്ച് കൈകേയി അച്ഛന്റെ ഇംഗീതത്തിന് സമ്മതമരുളി.

ഒരു നിയോഗമെന്നവണ്ണം കൈകേയി ദശരഥന്റെ മൂന്നാം ഭാര്യയായി. അവൾ പതിശ്രുശ്രൂഷയിൽ ശ്രദ്ധാലുവായി. സ്വന്തം ജീവനെപോലും തൃണവൽഗണിച്ച് ഒരിക്കൽ ദശരഥനെ യുദ്ധത്തിൽ സഹായിച്ചു. ആസന്നമായ അത്യാപത്തിൽ നിന്നും അവൾ പതിയെ സംരക്ഷിച്ചു. കൈകേയി കൗസല്യയുമായോ സുമിത്രയുമായോ ഒരുസ്വരചേർച്ചയില്ലായ്മയുണ്ടാക്കിയില്ല. അവരെ ജേഷ്ഠസഹോദരിമാരെപോലെ കണ്ടു. തന്റെ കഴിവും യുവത്വവും മാദകത്വവും ഉപയോഗിച്ച് ദശരഥനെ വശീകരിക്കാൻ അവൾ മെനക്കേട്ടില്ല. പക്ഷെ, ശൃംഗാര സൗന്ദര്യങ്ങളിലാസക്തനായ ദശരഥന് മറ്റ് ഭാര്യമാരെക്കാൾ പ്രിയം കൈകേയിയോട് തോന്നിയിരുന്നു. അതിന് നിയോഗമെന്നല്ലാതെന്താണ് പറയുക. കാലം കടന്നുപോയെങ്കിലും കൈകേയിക്കൊരമ്മയാവാനായില്ല. വംശാങ്കുരമില്ലാത്ത വ്യഥ ദശരദനെ അലട്ടിക്കൊണ്ടേയിരുന്നു.

നാല്

ദശരഥൻ ഇന്ന് ദുഖിതനാണ്. ചിന്താഗ്രസ്ഥനാണ് ചഞ്ചലമനസ്സമായി നീറുകയാണ് ദശരഥൻ ആരാലും പ്രകീർത്തിക്കപ്പെട്ടവൻ വേപഥു പൂണ്ട മനസ്സുമായി ചിന്തിക്കുകയാണ് ദശരഥൻ

ഭൂതകാലാനുഭവങ്ങൾ ഒരുമിന്നലൊളിപോലെ തെളിയുന്നു. പണ്ട് ചോരത്തിളപ്പുള്ള യൗവാനാരംഭകാലം മൃഗയാവിനോദത്തിന് പോയതായിരുന്നു. വിപിനപ്രദേശത്ത് ഏകാകിയായലയവെ കാട്ടുചോലയിലൊരനക്കം. ആർത്തുമതിച്ചെത്തിയ ഒരൊറ്റയാൻ. തുമ്പിക്കൈയ്യാൽ ജലമെടുക്കുന്നു. പിന്നൊന്നും നോക്കിയില്ല. ആവനാഴിയിൽ നിന്നെടുത്ത അസ്ത്രം അതിന്റെ മസ്തകം ലാക്കാക്കി തൊടുത്തു. ദൃഷ്ടി ഗോചരമല്ലെങ്കിലും ശബ്ദോറവിടം ലക്ഷ്യമാക്കി അയച്ച അസ്ത്രം ലക്ഷ്യത്തിൽ തറച്ചു.

'അയ്യോ .... അമ്മേ .... അച്ഛാ....' ഒരു ദീനരോദനം

ഓടിച്ചെന്ന് നോക്കുമ്പോൾ നെഞ്ചത്ത് തറച്ച അസ്ത്രവുമായി രക്തത്തിൽ കുളിച്ച് പിടയുന്നൊരു യുവകോമളൻ. കാഴ്ചയില്ലാത്ത, വൃദ്ധരായ മാതാപിതാക്കൾക്ക് ദാഹജലത്തിനെത്തിയതായിരുന്നു. ' തെറ്റ് അക്ഷന്തവ്യമായതെറ്റ്" വീണ്ടുവിചാരമില്ലാതെ ചെയ്ത പ്രവൃത്തിക്കുലഭിച്ചത് - ശാപം. ആ മാതാപിതാക്കളുടെയടുത്തെത്തി. എല്ലാം പറഞ്ഞ് മാപ്പപേക്ഷിച്ചു. തനിക്കവർ നൽകിയത് ശാപം - തീരാശാപം.

'ഏകാശ്രയമായിരുന്ന ഞങ്ങളുടെ പുത്രനെ വധിച്ച നീ പുത്രദു:ഖത്താൽ മരിക്കാനിടവരട്ടെ.'

ശപിക്കപ്പെട്ട ജന്മം.

പശ്ചാത്താപത്തിന്റെ കണ്ണീർ ദശരഥനിൽ നിന്നും ധാരയായൊഴുകി. മുന്നിൽ ഘോരാന്ധകാരത്തിന്റെ താണ്ഡവം.

വേദനകൊണ്ട് പുളഞ്ഞ് മരണത്തിലേക്ക് വഴുതിവീഴുന്ന യുവാവ്. അന്ധരും അശരണരുമായ വൃദ്ധ ദമ്പതികൾ.

നിസ്സഹായത ആകെ ആവരണം ചെയ്യപ്പെട്ടിരിക്കുന്നു.

വെന്തുരുകുന്ന മനസ്സുമായി ദശരഥൻ നിശ്ചലനായി.

തമസ്സിന്റെ കോട്ടക്കകത്ത് നിന്നും മുഴങ്ങുന്ന ഭയത്തിന്റെയും നിരലംബതയുടെയും താളമേളങ്ങൾ

ഒപ്പം ഒരു പിഞ്ചുകുഞ്ഞിന്റെ ദീനവിലാപം

'ള്ളേ .... ള്ളേ.... ള്ളേ ....'

ഏകയായി, വിശപ്പാർന്ന് ഒരു സാന്ത്വനത്തിന് കൊതിച്ച ദയാദാക്ഷിണ്യമൂറുന്ന ഒരുനോട്ടത്തിനായി ദാഹിച്ച മോഹിച്ച ഒരു കുഞ്ഞിന്റെ വിലാപം. 'ള്ളേ .... ള്ളേ .... ള്ളേ ...'

അതൊരു പെൺകുഞ്ഞിന്റെ കരച്ചിലാണ്.

പെൺകരച്ചിലുകൾ അവഗണിക്കപ്പെടേണ്ടവയാണ്.

പിറന്ന നാടിനെവിട്ട് മറ്റൊരിടത്ത് ചേക്കേറുന്നവരാണ് സ്ത്രീകൾ.

മാതാപിതാക്കളെയും സ്വന്തം വീടിനെയും വിട്ടുപോകുന്നവർ.

ധാന്യശേഖരം പോലെ

ധനസമൃദ്ധിയെന്നപോലെ

ആടയാഭരണങ്ങൾ പോലെ

പ്രശസ്തിക്ക് വേണ്ടി മാത്രമാണവർ ജനിക്കുന്നത്

ധാന്യപ്പുരയിലെ ധാന്യമെന്നപോലെ

നിധിശേഖരങ്ങളിലെ സ്വർണ്ണവും രത്നവും പോലെ

ആഭരണപ്പെട്ടിയിലെ ആഭരണങ്ങൾ പോലെ

അന്തപ്പുരങ്ങൾക്ക് മാറ്റുകൂട്ടാൻ സൂക്ഷിക്കപ്പെടുന്നവ

ഇവരുടെ എണ്ണത്തിനനുസരിച്ചാണ് രാജാവിന്റെ പ്രശസ്തി.

മാറി മാറി ഉപയോഗിക്കുന്ന ആടയാഭരണങ്ങൾ പോലെ പുരുഷന് മാറി മാറി ഉപയോഗിക്കാനുള്ളതാണ് സ്ത്രീകൾ.

'സ്ത്രീ രത്നങ്ങൾ,'

പളുങ്കുപാത്രത്തിൽ നിറഞ്ഞുതുളുമ്പുന്ന മദ്യമാണവർ.

കാമച്ഛവിയാർന്ന സൗന്ദര്യമുള്ള സ്ത്രീകൾ.

പുരുഷകാമനകൾക്ക് വേണ്ടി മാത്രം ജനിക്കുന്നവർ.

സ്ത്രീകളുടെ ചിരിയും കരച്ചിലും കാപട്യമാണ്.

നെടുനാൾ വയറ്റിൽ ചുമന്ന് പേറ്റുനോവിന്റെ മധുരം നുകർന്ന് മാതൃത്വത്തിന്റെ മാസ്മരികതയിലാണ്ട് തളർച്ചയോടെ കിടക്കുന്ന കൗസല്യയെ അവഗണിച്ചുകൊണ്ട് മടങ്ങിപ്പോന്നതുമുതൽ മനസ്സിനെ നിരന്തരം വേട്ടയാടുന്ന ആ കരച്ചിൽ 'ള്ളേ .... ള്ളേ.... ള്ളേ ....' മറ്റൊരു കരച്ചിൽ. അയ്യോ ... അമ്മേ ... അച്ഛാ ..... ആദ്യത്തേത് ജീവിതം കാംക്ഷിച്ച് സംരക്ഷണം തേടി ഭൂമിയിലേക്ക് വന്ന പിഞ്ചുകുഞ്ഞിന്റെ കരച്ചിൽ. രണ്ടാമത്തേത് ജീവിച്ചുകൊതിതീരാതെ മരണത്തിലേക്ക് കൂപ്പുകുത്തുന്നവന്റെ കരച്ചിൽ. ആ രണ്ട് രോദനങ്ങളുമേൽപ്പിച്ച നീറുന്ന വേദന. ഇക്ഷ്വാകു വംശത്തിനേറ്റ കനത്ത ആഘാതം. ആ ആഘാതമേൽപ്പിച്ച നിലയ്ക്കാത്ത വേദനയാൽ ദശരഥൻ നിശബ്ദനായി പൊട്ടിക്കരഞ്ഞു.

മൂളിയിരച്ചെത്തുന്ന കൊടുംകാറ്റിനൊപ്പം വവ്വാലിന്റെ ചിറകടിയൊച്ചകൾ

മൂങ്ങകളുടെ മൂളലുകൾ,

കാലൻ കോഴികളുടെ അറപ്പുളവാക്കുന്ന ശബ്ദങ്ങൾ

അസഹനീയതയുടെ അത്യുച്ചാവസ്ഥ.

മുന്നിൽ നിരശ്രയത്വത്തിന്റെ അഗാധഗർത്തം.

'സമയമായിരിക്കുന്നു. വാത്മീകി ചിന്തിച്ചു.'

ദശരഥൻ പശ്ചാത്താപത്താൽ ശുദ്ധീകരിക്കപ്പെട്ടിരിക്കുന്നു.

ഒരുരാജ്യവും നാഥനില്ലാതാവരുത്. പ്രകൃതി നിയമം നടപ്പായെ പറ്റൂ. ഈ ക്ഷണിക ജീവിതം ദശരഥന് നൽകിയ കീർത്തിയുടെ വർണ്ണത്തൂവലുകൾ നിറം മങ്ങി നിലംപറ്റിക്കഴിഞ്ഞിരിക്കുന്നു. രാജവംശങ്ങൾ നിലനിർത്തേണ്ടത് തന്നെയാണ്. കറകളഞ്ഞ വ്യക്തിത്വവുമായി പുത്തൻ തലമുറകൾ ഉയർന്നെണീറ്റേ മതിയാകൂ. വാത്മീകിയുടെ നിർദ്ദേശത്താൽ ഒരു സംഘം മഹർഷിവര്യന്മാർ അയോദ്ധ്യയിലേക്ക് തിരിച്ചു.

അസഹനീയതയുടെ അത്യുച്ഛാവസ്ഥയിലാണ്ട് ശൂന്യതയിലേക്ക് കണ്ണുംനട്ടിരിക്കവെ മുന്നിൽ പ്രകാശിച്ച നക്ഷത്ര തിളക്കങ്ങൾ കണ്ടു സൂക്ഷിച്ചുനോക്കി.

'മഹർഷിമാരാണ്.'

ഔപചാരികതയുടെ കമ്പളം നീർത്തി ദശരഥൻ അവർക്ക് സ്വാഗതമരുളി.

'മഹാത്മാക്കളെ, പാപിയാണ് ഞാൻ

മഹാപാപിയാണ് ഞാൻ

മഹർഷിമാർ പുഞ്ചിരിച്ചു.

അഹംഭാവത്തിന്റെ ലഹരിനുണഞ്ഞ അവിവേകിയാണ് ഞാൻ

ആണെന്നല്ല രാജൻ ആയിരുന്നു എന്നതാണ് ശരി.

ശപിക്കപ്പെട്ട എന്റെ ജീവിതത്തിലേക്ക് ഞാൻ കൈപിടിച്ചാനയിച്ച മൂന്ന് സ്ത്രീകൾ. കൗസല്യ, സുമിത്ര, കൈകേയി.

അവരുടെ ദു:ഖത്തിനും കാരണക്കാരൻ ഞാൻ തന്നെയാണ്.

അന്ധയായ വൃദ്ധദമ്പതികളുടെ ഏക ആശ്രയമായിരുന്ന പുത്രനെ മരണത്തിലേക്ക് തള്ളിയിട്ട് ഒരു വംശം മുടിച്ചവനാണുഞാൻ.

അതിന് ലഭിച്ച ശിക്ഷ നിർദ്ദോഷികളായ പത്നിമാർക്ക് പങ്ക് വെച്ച മഹാപാപിയാണുഞാൻ.

' രാജൻ ആശ്വസിച്ചാലും'

' എങ്ങിനെ എങ്ങിനെ യാശ്വസിക്കും മഹാത്മാക്കളെ'

'പരിമിതികൾനിറഞ്ഞതുംക്ഷണികവുമാണ്ഭൗതികജീവിതമെങ്കിലും

സദ്ചിന്തകളും സദ്പ്രവൃത്തികളും പരിഹാരമാണ് രാജൻ'

' ലോകേശൻ പോലും കൈവെടിഞ്ഞ എനിക്ക് എന്തുപരിഹാരം'

' രാജൻ - ഈശ്വരൻ കാലിക്കോലുമായി വന്ന് ആരെയും രക്ഷിക്കാറില്ലെന്നറിഞ്ഞാലും ആരെ രക്ഷിക്കണമോ അവന് ബുദ്ധിയുപദേശിക്കുകയാണ് ചെയ്യുന്നത്.'

' അപക്വമതിയായ എനിക്കൊന്നും മനസ്സിലാവുന്നില്ല'

' രാജൻ പ്രശ്നങ്ങൾക്കുപരിഹാരം യാഗമാണ്. അതായത് ഒരു കർമ്മ പദ്ധതി ആവിഷ്ക്കരിച്ച നടപ്പിൽ വരുത്തുകയെന്നതാണ്. അഗ്നിയിലാണ് യാഗം നടത്തേണ്ടത്. വ്യക്തമാക്കിയാൽ ജ്ഞാനത്തിൽ തിരിച്ചറിവിൽ നടപ്പാക്കുന്ന കർമ്മപദ്ധതിക്ക് ഫലപ്രാപ്തിയുണ്ടാകും. യാഗത്തിലൂടെ സാധിച്ചെടുക്കാൻ പറ്റാത്തതായി ഈ പ്രപഞ്ചത്തിൽ ഒന്നുംതന്നെയില്ല എന്നറിഞ്ഞാലും'

യോഗ്യതയുള്ളവർക്കല്ലേ അത് സാധിക്കൂ'

' അസാദ്ധ്യമെന്നൊന്നില്ല രാജൻ.'

'സത്വവും രസവും ചിത്തവും അന്ത:കരണവുമുള്ളവർക്ക് പ്രപഞ്ചത്തിൽ സാധ്യതകളെയുള്ളൂ. അതിന് സ്ഥിരോത്സാഹവും പ്രയത്നവുമാണവശ്യം' 'ജീവിതാന്ധകാരത്തിൽ ഇനിയുമൊരു പ്രകാശചക്രവാളം

ഉദിച്ചയരുമെന്നാണോ അർത്ഥമാക്കുന്നത് മഹാത്മാക്കളെ.'

'തീർച്ചയായും ഞങ്ങൾ കൊളുത്തിത്തരുന്ന ഈ കൈത്തിരി നാളം കെടാതെ സൂക്ഷിയ്ക്കു. ഇതിനെ ഒരഗ്നിജ്വാലയാക്കി മറ്റിയാൽ അജ്ഞാനാന്ധകാരം മറയുകയും ജ്ഞാനപ്രകാശത്തിന്റെ ചക്രവാളം പ്രകാശിതമാകുകയും ചെയ്യും.'

'എങ്കിൽ ഞാനാകൈത്തിരി നാളം കാത്ത് സൂക്ഷിക്കും

ഊതി ഊതി പതപ്പിച്ച് ഒരഗ്നിജ്വാലയാക്കി മാറ്റാം.'

'എങ്കിൽ തയ്യാറായിക്കൊള്ളൂ.'

ഞങ്ങൾ പറയുംപോലെ യാഗമാരംഭിക്കു.

സരയൂനദിക്കരയിലൊരിടത്ത് പച്ചിലകളും പുല്ലും മുളകളുമുപയോഗിച്ച് കൊട്ടാരംപോലൊരു യാഗശാല കെട്ടിയുണ്ടാക്കി. യാഗയജമാനനായി തീരുമാനിക്കപ്പെട്ടത് ഋഷ്യശൃംഗനെയായിരുന്നു. പത്നി സമേതനായ ഋഷ്യശൃംഗന്റെ നേതൃത്വത്തിൽ യാഗം സമാരംഭിച്ചു. യാഗത്തിന് ചില പ്രത്യേക നിർദ്ദേശങ്ങളുണ്ടായിരുന്നു. അവകർശനമായി പാലിക്കേണ്ടതുമാണ്.

യാഗശാലയിലെമ്പാടും

സരയുനദിയെ തഴുകിയെത്തുന്ന കുളിർതെന്നൽ വീശിയടിക്കണം.

മലന്തേനും മുളയരിയും വനവിഭവങ്ങളുമായിരിക്കണം ഭക്ഷണം.

പോഷകസമൃദ്ധവും പ്രകൃതിജന്യവുമായ ഭക്ഷണരീതി അത്യാവശ്യമാണ്.

ഔഷധ സസ്യങ്ങളിടിച്ചുപിഴിഞ്ഞു ശാസ്ത്രീയമായി നിർമ്മിച്ച രസായനക്കൂട്ടുകളും കഷായങ്ങളും ആസവാരിഷ്ടങ്ങളും അത്യാവശ്യമുപയോഗിക്കണം.

നാഴികകൾ നീണ്ട പ്രഭാതസവാരി നടത്തണം.

വൈകീട്ട് സരയുവിലൂടെ നൗകയാത്രയും വേണം.

ഉദയാസ്തമയ കിരണങ്ങളേറ്റ് സുദീർഘമായ പ്രാണായാമക്രിയകൾ ചെയ്യണം.

തത്വചിന്താപരമായ സംവാദങ്ങളും മനംമയക്കുന്ന കലാപ്രകടനങ്ങളും വേണം.

ഇപ്രകാരം യാഗമാരംഭിച്ചു.

ആഴ്ചകളും ദിവസങ്ങളും മാസങ്ങളും കഴിഞ്ഞു.

മായാലോകത്തായിരുന്ന ദശരഥന് മാറ്റങ്ങളുണ്ടായി. വൻതമസ്സിന്റെ

കൊട്ടകൊത്തളങ്ങൾ അഗ്നിപ്രഭയിൽ അലിഞ്ഞലിഞ്ഞ് ഇല്ലാതായി.

വവ്വാലുകളും മൂങ്ങകളും കാലൻകോഴികളും പറന്നകന്നു.

മാമ്പൂവിന്റെയും മാതളപ്പൂവിന്റെയും മറ്റും സുഗന്ധത്തിലാറാടിനിൽക്കുന്ന പ്രകൃതി

ദശരഥന്റെ മനസ്സിൽ മധുരനൊമ്പരത്തിന്റെ താളമേളങ്ങളുണർത്തി.

മദിച്ചുപുളച്ച സരയു അദ്ദേഹത്തെ ആനന്ദത്തിന്റെ പരമകോടിയിലെത്തിച്ചു.

സമൃദ്ധിയും സന്തോഷവും സംതൃപ്തിയും സമാധാനവും നിറഞ്ഞ അയോദ്ധ്യയെ ദശരഥൻ ഭരിച്ചിരുന്നത് എട്ട് മുഖ്യമന്ത്രിമാരിലൂടെയായിരുന്നു. മഹർഷി ശ്രേഷ്ഠരായ വസിഷ്ഠന്റെയും വാമദേവന്റെയും ഉപദേശം അനുസരിച്ചാണ് അദ്ദേഹം രാജഭരണം നിർവ്വഹിച്ചിരുന്നത്. എങ്കിലും അദ്ദേഹം ഒരു സ്ത്രീജിതനായിരുന്നു. അനപത്യത അദ്ദേഹത്തിന്റെ ന്യൂനതയുമായിരുന്നു. ആ ന്യൂനത പരിഹരിക്കാൻ താൻ പണ്ട് നിഷ്കരുണം പുറംതള്ളിയ തന്റെ പുത്രി ഭർത്താവോടെത്തിയിരിക്കുന്ന ദശരഥന്റെ ചിന്തകൾക്ക് മാറ്റം വന്നു.

സ്ത്രീ ചപലയല്ല,

സ്ത്രീ അപലയല്ല,

സ്ത്രീ പ്രപഞ്ച നിലനിൽപ്പിന് അത്യന്താപേക്ഷിതമാണ്.

സ്ത്രീ എല്ലാമെല്ലാമാണ്.

അതുതന്നെ മനസ്സിലാക്കാനെത്തിയത് തന്റെ പുത്രിയാണ്.

ഈ കാലം അയാൾ അടക്കിവെച്ച പുത്രിവാത്സല്യം തോട് പൊട്ടിച്ച് പുറത്ത്കടന്നു.

ഒരു പുത്തനുണർവ്വ് കൈവന്നതായി അദ്ദേഹത്തിന് തോന്നി.

ഭർത്താവിനോടൊപ്പം തന്റെപുത്രി ഭൗതികതയിലേക്ക് ലൗകികതയിലേക്ക് കൈച്ചൂണ്ടിപറയുന്നു.

'സ്നാനം ചെയ്യൂ പിതാവെ, ഉള്ളിലുരുണ്ടുകൂടിയ മാലിന്യങ്ങൾ കഴുകിക്കളയൂ സരയൂസ്നാനം ചെയ്യൂ..'

മരുന്നും മന്ത്രവും വ്യായാമവും ജീവിത രീതിയും ഭക്ഷണക്രമവുമാർന്ന ആ യാഗത്തിലൂടെ ദശരഥൻ പുതിയൊരാളായിമാറി. അദ്ദേഹത്തിന്റെ ന്യൂനതയായ അനപത്യതയ്ക്ക് പരിഹാരമുണ്ടായി. ഭൗതികതയിലെ അഭിവാജ്യഘടകമായ ലൗകികത എന്തെന്നറിഞ്ഞു. തിരിച്ചറിയാതിരുന്ന സ്ത്രീത്വത്തിന്റെ മഹത്വമെന്തെന്നറിഞ്ഞു. വെറുമൊരലങ്കാരമായിക്കണ്ടെ

സ്ത്രീജന്മങ്ങളോടദ്ദേഹത്തിനുണ്ടായിരുന്ന അവജ്ഞ അലിഞ്ഞില്ലാതായി. മറ്റെന്തിനേക്കാളും മഹത്വമാറുന്നതാണ് സ്ത്രീത്വമെന്നറിഞ്ഞു. ദശരഥന് സ്ത്രീകൾ കാമപൂരണത്തിനുള്ള ഉപാധികളായിരുന്നു. മൂന്ന് ഭാര്യമാരെക്കൂടാതെ അദ്ദേഹത്തിന് മുന്നൂറിൽപരം രഹസ്യഭാര്യമാരുണ്ടായിരുന്നു. എന്തിനും തയ്യാറായിരുന്ന പരിചാരികമാരുമുണ്ടായിരുന്നു. അദ്ദേഹം അവരിലൂടെ തന്റെ വികാരശമനം നടത്തിപ്പോന്നിരുന്നു. ഇന്ന് അദ്ദേഹത്തിന്റെ ധാരണയ്ക്ക് മാറ്റം വന്നു. പ്രപഞ്ചത്തിലെ നിലനിൽപ്പ് സ്ത്രീയിലാണ്. വിധേയത്വവും സഹനശീലവുമുള്ള മാദകത്വം തുളുമ്പുന്ന സൗന്ദര്യമാണ് സ്ത്രീ. പ്രകൃതിതന്നെ സ്ത്രീയാണ്.

ശക്തിയാണ് സ്ത്രീ

അമ്മയാണ് സ്ത്രീ

ഗുരുവാണ് സ്ത്രീ

സൗന്ദര്യമാണ് സ്ത്രീ

എല്ലാമെല്ലാമാണ് സ്ത്രീ

സ്ത്രീയില്ലെങ്കിൽ ഒന്നുമില്ല

സ്ത്രീത്വത്തെ കണ്ടറിയുന്നവരാണ് ഉത്തമപുരുഷൻ

സ്ത്രീയാകുന്ന പൂച്ചെടി പരിപാലിയ്ക്കേണ്ടവനാണ് പുരുഷൻ

സ്ത്രീയാകുന്ന വീണയുടെ ശ്രുതിമീട്ടുന്നവനാണ് പുരുഷൻ

എങ്കിലെ ജീവിതഗാനത്തിന് രാഗതാളങ്ങളുണ്ടാകു

ഇതെല്ലാം അദ്ദേഹത്തിന് പുത്തനറിവുകളായിരുന്നു.

ആദ്യം ജനിച്ച കുഞ്ഞ് പെണ്ണാണെന്ന് പറഞ്ഞ് തിരസ്ക്കരിച്ചവനാണ്

ഇത്രകാലം തനിക്കജ്ഞാതമായിരുന്ന ഈ വെളിച്ചം പകർന്നത് തന്റെ പുത്രിയാണ്.

അവളതാ നിർദ്ദേശിക്കുന്നു. ആജ്ഞാപിക്കുന്നു

'സ്നാനം ചെയ്യൂ പിതാവേ, മനസ്സും ശരീരവും ശുദ്ധമാക്കു.'

ഇത്രകാലവും തന്റെമനസ്സിലടക്കിപ്പിടിച്ച പുത്രീവാത്സല്യത്താൽ കണ്ണ് നിറഞ്ഞ അദ്ദേഹം നിശബ്ദനായി പൊട്ടിപൊട്ടിക്കരഞ്ഞു. വിവിധവികാരങ്ങളലയടിക്കുന്ന മനസ്സുമായി ദശരഥൻ കുളിർകോരുന്ന മദിച്ചുപുളച്ച സരയുവിലേക്കിറങ്ങി.

കുളിരലകളദ്ദേഹത്തെ തഴുകിത്തലോടി.

അദ്ദേഹമറിയാതെ നദിയുടെ മദ്ധ്യത്തിലെത്തി.

അരയോളം, കഴുത്തോളം വെള്ളത്തിലെത്തിയതും ആ നദിയില ദ്ദേഹം മുങ്ങിക്കുളിച്ചു.

ഒരുനിമിഷം

അയാളെ ആരോ നദിയുടെ അടിത്തട്ടിലേക്ക് കൂട്ടിക്കൊണ്ടുപോ കുന്നത് ഒരു ഞെട്ടലോടെ അദ്ദേഹമറിഞ്ഞു. നക്ഷത്രകണ്ണുകളുള്ള ഏതാനും നാഗകന്യകകൾ തന്നെ വരിഞ്ഞുമുറുക്കി താഴോട്ട് കൊണ്ടു പോകുകയാണ്. കുതറിമാറാനാകാതെ അദ്ദേഹം അവരോടൊപ്പം നീങ്ങി. പെട്ടെന്നദ്ദേഹം ഒരു വൻ തമസ്സിന്റെ കോട്ടയിലെത്തപ്പെട്ടു. ചുറ്റും കൂരാക്കൂരിരുട്ട്. നാഗകന്യകമാരുടെ നക്ഷത്രക്കണ്ണുകൾ മാത്രം പ്രകാശിക്കുന്നുണ്ട്. എന്തിനും തയ്യാറായി അദ്ദേഹം അവരോടൊപ്പം നീങ്ങി.

പിന്നീട് നിർമ്മല വികാരങ്ങൾ മഴയായ് പൊഴിയുന്നൊരിടത്തെ ത്തി.

വികാരവിവശതയിലാർത്തനായി അദ്ദേഹം രോമാഞ്ചമണിഞ്ഞു.

തുടർന്ന് നാഗകന്യകകൾ അദ്ദേഹത്തെ ഏഴുവർണ്ണങ്ങളുടെ വിസ്മയ ലോകത്തെത്തിച്ചു.

ആ വർണ്ണപൊലിമയിലദ്ദേഹം വീർപ്പുമുട്ടിക്കുഴഞ്ഞു.

തുടർന്നവർ അദ്ദേഹത്തെ നൂറുകണക്കിന് നക്ഷത്രങ്ങളുദിച്ചുനിൽ ക്കുന്ന ഭ്രമാത്മലോകത്തെത്തിച്ചു.

ആവർണ്ണനീയപ്രഭാപൂരത്തിൽ അദ്ദേഹത്തിന്റെ കണ്ണ് മഞ്ഞളിച്ചു പോയി

പിന്നെയും മുന്നോട്ടുനീങ്ങി പാലൊളിപുഞ്ചിരിതൂവുന്നിടത്തെത്തി.

മുന്നിൽ വേലിപ്പടർപ്പുപോലെ. നിറയെ പൂത്തുലഞ്ഞ് സുഗന്ധം പരത്തുന്ന വളവിപ്പടർപ്പുകൾ.

അവാച്യമായൊരനുഭൂതി തന്നിലുണ്ടാകുന്നതുപോലെ അപ്പോഴേ ക്കും അദ്ദേഹത്തെ വരിഞ്ഞു മുറുക്കിക്കൊണ്ടുവന്ന നാഗകന്യകകൾ അപ്രത്യക്ഷരായിരുന്നു.

ദശരഥനറിഞ്ഞു. ഞാനൊറ്റയ്ക്കാണിവിടെ

ഒരുൾപ്രേരണയാലദ്ദേഹം പൂത്തുലഞ്ഞ വള്ളിപ്പടർപ്പുകൾ വകഞ്ഞു മാറ്റി

അതിനപ്പുറത്ത് ആയിരമിതളുകളുള്ള മനോഹരമായ, സുഗന്ധപൂരി തമായ ഒരു മനോഹരപുഷ്പം വിരിഞ്ഞുനിൽക്കുന്നു

ആ പുഷ്പത്തിലാകൃഷ്ടനായി ദശരഥൻ ഒരു വണ്ടായി ആ

പൃഷ്ടത്തിലേയ്ക്കാണ്ടിറങ്ങി.

പൂവിലൂറുന്ന മധുപാനം ചെയ്ത് മത്തനായി.

തന്നിൽനിന്നെന്തോ ചോർന്നുപോകുന്ന ഒരനുഭൂതി

ആനന്ദാതിരകത്തിന്റെ പരമോന്നതിയിലെത്തിയതും

അദ്ദേഹത്തെ ഒരു തളർച്ച ബാധിച്ച

ഒരു കിതപ്പോടെ ദശരഥൻ നിർമ്മലമായ ആപൃഷ്ടതൽപത്തിൻ മയക്കത്തിലമർന്നു.

അഞ്ച്

കളിച്ച ചിരിച്ച കണങ്ങിക്കലുങ്ങിയൊഴുകിക്കൊണ്ടിരുന്ന സരയു പൂത്തും കായ്ച്ചും ആനന്ദത്തിലാറാടിനിന്ന അയോദ്ധ്യ വാർദ്ധക്യത്തിന്റെ കടന്നുവരവിനെ ആനയിച്ച് ഏകാന്തമായ ശാന്തതയിലേക്കാകർഷിക്കപ്പെട്ട് ഒറ്റക്കിരുന്ന ദശരഥൻ കണ്ടു.

കിഴക്കുദിക്കിലെ തുടുത്ത ചെമ്മാനത്ത്

നാലുനക്ഷത്രക്കുരുന്നുകളുദിച്ചുയരുന്നു

അവ കൈകാലിട്ടടിച്ചു വരവറിയിച്ചു

നീന്തിയും മുട്ടിലിഴഞ്ഞും പിച്ച വച്ചും

തന്റേടത്തോടെയും ചുറുചുറുക്കോടെയും നടന്നു

ഉശിരും വീറുമുള്ളവരായി

ദശരഥന്റെ മുന്നിലെത്തി അനുസരണയോടെ വണങ്ങി നിൽക്കുന്നു

പുത്രാനുണർവ്വിന്റെ പുളകവുമായി

പുതുതലമുറയുടെ തലയെടുപ്പോടെ

പുഞ്ചിരിപ്പൂവിന്റെ നറുവെളിച്ചവുമായി

പിതാവിന്റെ മുന്നിൽ സ്നേഹബഹുമാനങ്ങൾ കാഴ്ചവച്ചുനിന്നു.

ഋഷ്യശ്രൃംഗനും കൂട്ടരും നിറഞ്ഞ മനസ്സോടെ പാരിതോഷികങ്ങളും ദാനങ്ങളും പ്രതിഗ്രഹങ്ങളുമായി മടങ്ങിയതിന് ശേഷം അയോദ്ധ്യാരാജധാനിയിലങ്ങോളമിങ്ങോളം മുരളികയൂതിയെത്തിയ മന്ദമാരുതൻ

ഒരു കാമുകനെപോലെ ഒളിച്ചുകളിച്ച കാലത്ത് കാച്ചെണ്ണയുടെയും മലർവാകപ്പൊടിയുടെയും ഇലവർങ്ങത്താളിയുടെയും മാദകത്വവും പേറി മുല്ലപ്പൂമണമാർന്ന ലജ്ജാനമ്രമുഖികളും സുരതാഡംബരകളുമായ കൗസല്യ, സുമിത്ര, കൈകേയിമാർ അന്തപുരത്തിൽ നിറഞ്ഞാടിയതും തന്റെ പൗരുഷം അവരിലേക്കാഴ്ന്നിറങ്ങിയതും തന്നിലൂറിക്കൂടിയ മധുരസ മവരിലേയ്ക്കുരിക്കൂടിയതും, പൂത്തുലഞ്ഞ നന്ത്യാർവട്ടപ്പൂച്ചെടിപോലെയവർ പുളകിതഗാത്രികളായി ഉലഞ്ഞാടിയതും ദശരഥനോർമ്മവന്നു.

വളരെ വളരെ വൈകിയെങ്കിലും തന്റെ മോഹങ്ങളും സ്വപ്നങ്ങളും പൂത്തുലഞ്ഞു ഫലസമൃദ്ധമായിരിക്കുന്നു. 'ഈ പ്രപഞ്ചത്തിൽ അസാദ്ധ്യമെന്നൊന്നില്ല.'

'ചിത്തവും അന്തഃകരണവും രസവും സത്വവുമുള്ളവർക്ക് ഉത്സാഹത്തോടെ പ്രയത്നിച്ചാലെന്തും സാധിച്ചെടുക്കാം'

മഹർഷി ശ്രേഷ്ഠരുടെ വാക്കുകൾ അദ്ദേഹത്തിലലയടിച്ചു. പരിശ്രമം ചെയ്ത് എന്തും നേടിയെടുക്കാനാണ് ഈശ്വരൻ മനുഷ്യരെ ഭൂമിയിലേക്കയക്കുന്നത്. അതിപ്പോൾ ബോധ്യപ്പെട്ടിരിക്കുന്നു.

***

ദശരഥൻ വാർദ്ധക്യത്തിന്റെ ശാന്തതയും നുണഞ്ഞ് മനസ്സമാധാനത്തോടെയിരിക്കുമ്പോഴാണ് വിശ്വമാനവികതയുടെ കുളമ്പടിയൊച്ചയുമായി വിശ്വാമിത്രൻ അവിടെയെത്തിയത്.

പരിമിതമായ ചുറ്റുപാടുകളിൽ പരമാവധി തന്റെ കഴിവുകളുപയോഗപ്പെടുത്തി അക്ഷീണ പ്രയത്നം കൊണ്ട് ലോകാരാദ്ധ്യനായിമാറിയ വിശ്വാമിത്രൻ.

വിശ്വാമിത്രൻ ധർമ്മനിരതനായ രാജാവായിരുന്നു. ശത്രുജയം കൊണ്ട് രാജ്യപരിപാലനം ചെയ്ത രാജാവ് പ്രജാക്ഷേമൈകനിരതനായ സകല വിദ്യാസമ്പന്നനായ വിശ്രുതനായ രാജാവായിരുന്നു.

ഒരുനാൾ അദ്ദേഹം കോപമോഹങ്ങളെ അടക്കിയവനും അഗ്നിഹോത്രാദികളിൽ മുഴുകിയവരുമായ അനേകം ശിഷ്യരോടുകൂടി വിശ്വവിശ്രുതനായി വർത്തിക്കുന്ന വസിഷ്ഠ മഹർഷിയെ സന്ദർശിക്കാനായി അദ്ദേഹത്തിന്റെ ആശ്രമത്തിലെത്തി. അസ്ത്രശാസ്ത്ര നിപുണനായ വിശ്വാമിത്രാൻ വസിഷ്ഠനെ ആദരപൂർവ്വം വണങ്ങി. വസിഷ്ഠൻ അദ്ദേഹത്തെ അർഘ്യവാദ്യാദികളാൽ യഥോചിതം സ്വീകരിച്ചു.

സൗഹൃദ സംഭാഷണങ്ങൾക്ക് ശേഷം വിശ്വാമിത്രനും അനുയായികൾക്കും ഭക്ഷണത്തിനുസമയമായി. ഭൗതികസുഖങ്ങൾ ത്യജിച്ചവനും പ്രകൃതിസംരക്ഷകനുമായ വസിഷ്ഠൻ തന്റെ ആശ്രമവാടിയിലുണ്ടാക്കിയ

വിഭവങ്ങളാൽ അവർക്കു മൃഷ്ടാന്നം വിളമ്പി. ഇപ്രകാരം അതിഥി സൽക്കാരം ഗംഭീരമാക്കാൻ കാരണം ആ തപോവനത്തിന്റെ ശ്രേഷ്ഠതയാണെന്നുകണ്ട രാജാവായ വിശ്വാമിത്രൻ വസിഷ്ഠനോട് ഈ തപോവനം തനിയ്ക്കുനൽകിയാൽ പകരമായി പതിനായിരക്കണക്കിന് ആന, കുതിര, പശു തുടങ്ങിയവയേയെല്ലാം നൽകാമെന്ന് പറഞ്ഞു. വസിഷ്ഠ മഹർഷി തയ്യാറായില്ല. ക്ഷത്രിയനായ വിശ്വാമിത്രൻ മഹാരാജാവും, ബ്രാഹ്മണനായ ആത്മീയവാദിയായ വസിഷ്ഠനും വളരെനേരം വാദപ്രതിപാദങ്ങളിൽ മുഴുകി. കലഹിച്ചു എങ്കിലും വിശ്വാമിത്രന് തന്റെ ഇംഗിതം സാധിക്കാതെവന്നു. ക്ഷാത്രവീര്യം തുടിച്ചുനിൽക്കുന്ന വിശ്വാമിത്രൻ തന്റെ രാജ്യം പുത്രനെയേൽപ്പിച്ച് തപസ്സാരംഭിച്ചു. എങ്ങിനെയെങ്കിലും ബ്രഹ്മർഷിയാകണമെന്നായിരുന്നു വിശ്വാമിത്രന്റെ മോഹം. ലോകേശൻ അദ്ദേഹത്തിന് 'രാജർഷിപട്ടം' നൽകിയനുഗ്രഹിച്ചു.

അക്കാലത്ത് ത്രിശങ്കു എന്ന രാജാവ് തനിക്ക് ഈ ശരീരത്തോടുകൂടി സ്വർഗ്ഗപ്രാപ്തി സാധ്യമാവണമെന്ന ആഗ്രഹത്താൽ വസിഷ്ഠനെ സമീപിച്ചു. എന്നാൽ വസിഷ്ഠൻ അദ്ദേഹത്തിന്റെയാവശ്യം നടക്കാത്ത കാര്യമാണെന്ന് പറഞ്ഞ് തിരിച്ചയച്ചു. പിന്നീട് ത്രിശങ്കു വസിഷ്ഠ പുത്രന്മാരെയും ശിഷ്യരെയും സമീപിച്ച് ആവശ്യമുന്നയിച്ചു. പിതാവിനാലും ഗുരുവിനാലും തിരസ്ക്കരിക്കപ്പെട്ട ത്രിശങ്കുവിന്റെ ഈ യാചനാഭാവം മക്കളിലും ശിഷ്യരിലും അതൃപ്തി നിഴലിച്ചു. 'കാര്യം കാണാൻ എന്തുനീചവൃത്തിയ്ക്കും തയ്യാറായ നിനക്ക് ചണ്ഡാളത്വം ഭവിയ്ക്കട്ടെ എന്ന് ശപിച്ചു. മാത്രമല്ല ഇത്തരം വൈകൃത മനസ്സുള്ള നിന്റെ ശരീരവും വികൃതമാകട്ടെ എന്ന ശാപവുമായി. ത്രിശങ്കു തന്റെ ആവലാതിയുമായി വിശ്വാമിത്രനെ സമീപിച്ചു. വിശ്വാമിത്രൻ ത്രിശങ്കുവിനെ സഹായിക്കാമെന്നേറ്റു. എതിർത്തുനിന്ന വസിഷ്ഠ പുത്രരെയും ശിഷ്യരേയും കൂട്ടി അദ്ദേഹം യാഗമാരംഭിച്ചു. യാഗാനന്തരം ത്രിശങ്കുവിനെയും കൂട്ടി സ്വർഗ്ഗത്തിലെത്തി. എന്നാൽ സ്വർഗ്ഗപാലകൻ മന:ശുദ്ധിയും ശരീരശുദ്ധിയുമില്ലാത്ത ത്രിശങ്കുവിനെ സ്വീകരിക്കാൻ നിവൃത്തിയില്ലെന്നറിയിച്ച് മടക്കി. ധൈര്യവും കൈക്കരുത്തും കാര്യപ്രാപ്തിയുമുള്ള ക്ഷത്രിയനായ വിശ്വാമിത്രൻ സ്വപ്രയത്നത്താൽ ഒരു സ്വർഗ്ഗം സൃഷ്ടിച്ച് ത്രിശങ്കുവിനെ അവിടെ വാഴിച്ചു. എന്നാൽ എല്ലാ സുഖഭോഗങ്ങളുമുണ്ടെങ്കിലും ഒറ്റപ്പെടലിന്റെ വ്യഥയായിരുന്നു ത്രിശങ്കുവിന്.

വിശ്വാമിത്രൻ സ്വന്തമായി സ്വർഗ്ഗം സൃഷ്ടിച്ചതറിഞ്ഞ ബ്രഹ്മദേവൻ വിശ്വാമിത്രനെ അഭിനന്ദിച്ചു. എങ്കിലും യഥാർത്ഥ സ്വർഗ്ഗമല്ലാതെ കൃത്രിമ സ്വർഗ്ഗത്തിന് അതിന്റേതായ പരിമിതികളുണ്ടെന്ന വസ്തുതയും അറിയിച്ചു.

ഏതായാലും ത്രിശങ്കു സ്വർഗ്ഗം നിലനിൽക്കുമെന്നുമറിയിച്ചു. ബ്രഹ്മദേവനോട് തനിക്ക് ബ്രഹ്മർഷിപട്ടം ആവശ്യപ്പെട്ട വിശ്വാമിത്രനോട് വാശി,കോപം,മോഹം എന്നിവയുപേക്ഷിച്ചാലേ അത് സാധ്യമാകൂ എന്നറിയിച്ചുമടങ്ങി.

ശുനശ്ശേഭന സംരക്ഷിച്ചവനാണദ്ദേഹം. ശുനശ്ശേഭൻ എന്നതു അവഗണിക്കപ്പെട്ട അശരണായ അനാധത്വം സംഭവിച്ച വർഗ്ഗത്തിന്റെ പ്രതീകമാണല്ലോ. യാഗം എന്ന കർമ്മപദ്ധതി നടപ്പിലാക്കുന്നവർ അതിലേക്കുവേണ്ട കഠിന പ്രവൃത്തികൾ ചെയ്യിച്ചിരുന്നത് ശുനശ്ശേഭൻമാരെക്കൊണ്ടാണ് അടിമപ്പണി ചെയ്തിരുന്ന അവരുടെ പ്രയത്നഫലമായി ലഭിക്കുന്നത് നടത്തപ്പെടുന്നവർ കരസ്ഥമാക്കുകയും ചെയ്തിരുന്ന അക്കാലത്ത് ക്ഷാത്രവീര്യമുള്ളിലുറഞ്ഞ വിശ്വാമിത്രൻ ക്ഷത്രിയധർമ്മം ആർത്തരേയും ആലംബഹീനരെയും രക്ഷിക്കയാണെന്നറിഞ്ഞ് ശുനശ്ശേഭനെ രക്ഷിക്കാനിറങ്ങി.

അമ്പരീക്ഷൻ എന്ന രാജാവ് ഇത്തരത്തിൽ യാഗം തുടങ്ങി. അടിമപ്പണിയ്ക്കായി ശുനശ്ശേഭനെ രാജാവിന്റെ കിങ്കരന്മാർ കൊണ്ടുപോകുന്ന വഴി ശുനശ്ശേഭൻ വിശ്വമിത്രനെ കണ്ട് ആവലാതിപറഞ്ഞു. ഉത്തമനായ ഭരണാധികാരിയായിരുന്ന വിശ്വാമിത്രൻ തപോബലവുമുള്ളവനാണല്ലോ. അദ്ദേഹം അമ്പരീക്ഷനെ സമീപിച്ച് യാഗഫലത്തിന് ഇത്തരം അടിമപ്പണി ശരിയായ മാർഗ്ഗമല്ലെന്നും അർപ്പണബോധത്തോടെയുള്ള പ്രയത്നത്തിലൂടെ മാത്രമെ ഫലസിദ്ധിയുണ്ടാകൂ എന്നറിയിച്ചു. ഇത്തരം പ്രവൃത്തി പ്രകൃതി നിയമത്തിനെതിരാണെന്നും ബോധ്യപ്പെടുത്തി. ഒരാൾക്കിഷ്ടമില്ലാത്ത ശേഷിയില്ലാത്ത പ്രവൃത്തി ചെയ്യിച്ച് നേടുന്ന യാഗഫലം ശാപം കലർന്നതാണെന്നറിഞ്ഞ അമ്പരീക്ഷൻ ശുനശ്ശേഭനെ മടക്കിയയച്ചു. ഇങ്ങനെ അവശരെയും ആലംബഹീനരെയും സംരക്ഷിച്ച മഹാമാന്യനാണ് വിശ്വാമിത്രൻ.

കോപത്തെയും മോഹത്തെയും ശമിപ്പിക്കാൻ വിശ്വാമിത്രൻ കഠിന തപമാരംഭിച്ചു. സ്വജീവൻ നിലനിർത്താൻ മാത്രമായി അൽപാഹാരം ശീലമാക്കി. അതും പ്രകൃതിയിൽനിന്ന് കിട്ടുന്നത് മാത്രം കൊണ്ട് തൃപ്തിപ്പെട്ടു കഴിഞ്ഞുവരവെ ദേവേന്ദ്രൻ വിശ്വാമിത്രനെ പരീക്ഷിക്കാൻ പുറപ്പെട്ടു. ക്ഷുത്പിവാസാദികളാൽ തളർന്നവനുമായ വിശ്വാമിത്രൻ കരുതിവെച്ച അൽപാഹാരം കഴിക്കാൻ തയ്യാറായപ്പോൾ ഒരു ദരിദ്ര യാചകന്റെ വേഷത്തിൽ ഇന്ദ്രൻ അദ്ദേഹത്തോടാഹാരമാവശ്യപ്പെട്ടു. വിശ്വാമിത്രൻ സന്തോഷത്തോടെ അതുനൽകി. ഇതു പലവട്ടം ആവർത്തിക്കപ്പെട്ടതോടെ ബ്രഹ്മദേവനദ്ദേഹത്തിന് 'ശ്രേഷ്ഠമുനി' പ്രദവി പ്രദാനം ചെയ്തു. അത്തരത്തിൽ പ്രശസ്തനായ വിശ്വാമിത്രനാണ് എത്തിയിരിക്കുന്നത്

ദശരഥൻ അദ്ദേഹത്തെ വിധിയാംവണ്ണം സ്വീകരിച്ചു. കുശലപ്രശ്നങ്ങൾക്കും ഔപചാരിക സംഭാഷണങ്ങൾക്കും ശേഷം വിശ്വാമിത്രൻ പറഞ്ഞു. 'നാലുദിശകളിലും പൊന്നൊളിതൂവുന്ന ഈ നക്ഷത്രങ്ങളെ കോട്ട കോത്തളങ്ങൾക്കകത്തും തളച്ചിടരുതുരാജൻ'

'ഇവയുടെ പ്രകാശമില്ലെങ്കിൽ ഞാനന്ധനാകും പ്രഭോ'

'ഇതങ്ങയുടെ സ്വാർത്ഥതയാണ്' വിശ്വാമിത്രൻ തുടർന്നു.

'പ്രജാക്ഷേമ തത്പരനായ അങ്ങാണോ ഈ പറയുന്നത്. പുറംലോകത്തേയ്ക്കൊന്നുനോക്കൂ. തിമിരത്തിലഴുകുന്ന അവിടെ അറിവിന്റെ വെള്ളിവെളിച്ചം പ്രകാശിപ്പിക്കേണ്ടത് രാജധർമ്മമാണെന്നറിയുക. ഒരിക്കലുമണയാത്ത ഈ നക്ഷത്ര പ്രകാശത്തിൽ ലോകമുണരണം. അതാണ് ധർമ്മം. അതിനാൽ ഈ നാലു നക്ഷത്രങ്ങളിൽ കൗസല്യാത്മജനെയും സുമിത്രാത്മജനെയും ഞാൻ പുറംലോകത്തെയ്ക്കു കൂട്ടിക്കൊണ്ടുപോകുന്നു.' എന്നുപറഞ്ഞ് എന്തുചെയ്യണം എന്തുപറയണമെന്നറിയാതെ കുഴങ്ങുന്ന ദശരഥന്റെ മുന്നിലൂടെ വിശ്വാമിത്രൻ അവരെയും കൂട്ടി യാത്രതിരിച്ചു.

ആറ്

വിശ്വാമിത്ര മഹർഷിയുമൊത്ത് സരയൂനദി കടന്നു രാമലക്ഷ്മണന്മാർ ഒട്ടുദൂരെ ഒരു വിപിനപ്രദേശത്ത് എത്തിച്ചേർന്നു. 'മഹർഷേ ഏതാണീ ഘോരവനം.' രാമകുമാരൻ ചോദിച്ചു. ' ഇപ്പോൾ കാന്താരാവസ്ഥ പ്രാപിച്ച ഈ പ്രദേശം പണ്ട്' മലദങ്ങൾ പുരുദങ്ങൾ എന്നും പേരുള്ള മനോഹരമായ രാജ്യമായിരുന്നു. എന്നാൽ ഇപ്പോഴിവിടം താടക എന്ന നിശാചരിയുടെ ഭരണത്തിലാണ്. ആയിരമാനകളുടെ ശക്തിയും ആൾമാറാട്ട ചാതുര്യവുമുണ്ട് താടകയ്ക്ക്.

'കാപട്യവും കൈക്കരുത്തും ചേർന്ന കാട്ടുനീതി അതാണു താടക.

സുന്ദൻ എന്ന അസുരനാണ് താടകയെ ഇപ്രാകാരമാക്കിയത്.

താടകയുടെ പുത്രൻ അതായത് ഈ കാട്ടുനീതിയുടെ പിൻഗാമി

മാരീചൻ എന്ന പരാക്രമിയാണ്.

സുബാഹു എന്ന ചങ്ങാതിയുമായി അവനിവിടെ കിരാതഭരണം നടത്തുകയാണ്.

അതായത് താടകത്വം നിലനിർത്തുകയാണ്.

യാഗങ്ങളെയും പരിഷ്കൃതികളെയും അവർ മുടക്കുന്നു.

അന്ധനീതിനിലനിർത്തുന്നു.

കുമാരാ, രാമാ നിന്റെ കർത്തവ്യങ്ങളിൽ ഒന്നാമത്തെ പ്രവൃത്തി താടകവധമാണെന്നറിയുക.'

'നിലവിലുള്ള ഒന്നിനെ ഉന്മൂലനം ചെയ്യുന്നത് അപരാധമല്ല പ്രഭോ'

'ഉന്മൂലനം തെറ്റായിരിക്കാം എന്നാൽ ഒന്നിലന്തർലീനമായ ദുഷ്പ്ര വണതകളെ ഹനിക്കുന്നത് ധർമ്മമെന്നറിയുക. മാലിന്യത്തിലടിഞ്ഞു കിടക്കുന്ന സ്വർണ്ണം ശുദ്ധീകരിക്കുന്നത് പോലെയാണത്.' തുടർന്ന് താടകാവധം ചെയ്ത രാമനെ സുബാഹുവിന്റെയും അനേകമനുജരന്മാ രോടും ചേർന്ന് മാരീചൻ ആക്രമിക്കാൻ തുടങ്ങി. രാമൻ സുബാഹുവി നെയും അനുചരന്മാരെയും വധിച്ചു. ഭയചരിതനായ മാരീചൻ സമുദ്രാ ന്തരങ്ങളിൽ അഭയം തേടി. ദുർഘടങ്ങളും കഷ്ടതകളുമൊഴിഞ്ഞതോടെ യാഗങ്ങൾ പുനരാരംഭിക്കപ്പെടുകയും കാട് നാടായി മാറുകയും ചെയ്തു.

വിശ്വാമിത്ര കുമാരന്മാരോട് ഇനി നമുക്ക് മിഥിലയിലേക്ക് പോകാമെന്ന് പറഞ്ഞു. അവിടെയെന്താണ് പ്രഭോ പ്രത്യേകത. എന്തിനാണ് അങ്ങോട്ട് പോകുന്നത് അവർ ചോദിച്ചു. അവിടെ ത്രയ മ്പകം എന്ന ചാപമുണ്ട്, ശൈവചാപം, അതായത് ലോകനീതിയുടെ പ്രതീകമാണത്. വിശ്വാമിത്രൻ പറഞ്ഞു. മാത്രമല്ല ജനകമഹാരാജാവ് ഒരു യാഗം ചെയ്യവെ നിലമുഴുത് മറിച്ചുകൊണ്ടിരിക്കവെ ഒരുനവീന സംസ്കാര സാങ്കേതികത യജ്ഞഫലമായി ലഭിക്കുകയും ആ സാങ്കേ തികത ഫലപ്രഥമായി ഉപയോഗപ്പെടുത്തി മർത്യജീവിതം സുഖമമാ ക്കാൻ ആരാണുള്ളതെന്ന് അന്വേഷിച്ചുകൊണ്ടിരിക്കുകയാണദ്ദേഹം. ശൈവചാപം കുലയേറ്റുന്നവനെ അത് പ്രാവർത്തികമാക്കാനാവൂ എന്ന പണ്ഡിത വചനത്താൽ ജനകൻ അവരെ കണ്ടെത്താനായി ശൈവചാപവുമായി കാത്തിരിക്കുകയാണ്. വ്യക്തമായി പറഞ്ഞാൽ ലോകനീതിക്കനുസരിച്ച് രാജ്യപരിപാലനം നടത്തുന്നവനെത്തിരയു ന്നെന്നർത്ഥം. നമുക്ക് ചുറ്റുപാടുകളെ മനസ്സിലാക്കിയാലെ ജ്ഞാനസ മ്പാദനം സാധ്യമാകു എന്നറിക. അനന്തരമവർ മിഥിലയ്ക്ക് യാത്രതിരിച്ചു.

യാത്രയ്ക്കിടയിലവർ അതിമനോഹരവും ആനന്ദദായകവുമായൊരു പ്രദേശത്തെത്തി. കുളിർതെന്നൽ തിക്കിത്തിരക്കിയെത്തി ആശ്വാസ മരുളുന്നു. ഫലമൂലാദികൾ നിറഞ്ഞ വൃക്ഷസഞ്ചയങ്ങൾ, പച്ചപ്പുൽ മേടുകൾ, ലതാനികുഞ്ജങ്ങൾ, സ്വച്ഛസുന്ദര നീർച്ചോലകൾ സമൃദ്ധിയും സഹവർത്തിത്വവും സാഹോദര്യവും കളിയാടുന്നൊരിടം. കുമാരന്മാർ ഔത്സുക്യത്തോടെ ചോദിച്ചു മഹാത്മൻ ഏതാണീ സ്ഥലം. മനസ്സിന് ശാന്തതയും സമാധാനവും പ്രധാനം ചെയ്യുന്ന ഈ ദേശമേതാണ്.

ഇത് ഗൗതമമുനിയുടെ ആശ്രമ പ്രദേശമാണ്. അദ്ദേഹത്തിന്റെയും അനുയായികളുടെയും തപോബലമാണ് ഇതിന് കാരണം. ജ്ഞാനാഗ്നി ജ്വലിക്കുന്ന ഉൾക്കണ്ണിലൂടെ വരുംവരായ്കകളെ തിരിച്ചറിഞ്ഞ് ചിന്തയിലൂ ടെയും പ്രവൃത്തിയിലൂടെയും സ്വയം ശുദ്ധീകരിക്കപ്പെടുകയും സമൂഹത്തെ ശുദ്ധീകരിക്കുകയും ചെയ്യുന്നത് കൊണ്ടാണ് ഇങ്ങനെ സംഭവിക്കുന്നത്.

ഇവിടെ പാമ്പും കീരിയും മാനും പുലിയും വൈരം വെടിഞ്ഞ് സ്നേഹത്തോടെയും സഹവർത്തിത്വത്തോടെയും വസിക്കുന്നത് കാണാമല്ലോ. രാജകുമാരൻ പറഞ്ഞു. ഇതാണ് ഗൗതാമാശ്രമത്തിന്റെ പ്രശസ്തി. മാത്രമല്ല. ഇവിടെ അഹല്യ എന്ന സ്ത്രീരത്നം ചവിട്ടുകല്ലായിരിക്കുന്നിടവുമാണ്. രത്നമെന്ന് അങ്ങ്തന്നെ വിശേഷിപ്പിച്ച അഹല്യ എങ്ങിനെയാണ് ചവിട്ടുകല്ലായത്. പരസ്പ്പര സ്നേഹവും സഹവർത്തിത്വവുമാണ് സനാധനധർമ്മത്തിന്റെ മൂല്യമെന്ന് കാണിച്ചുതന്നത് ഗൗതമമുനിയാണ്. ബ്രഹ്മമുഹൂർത്തത്തിലുണർന്ന് സ്നാനാദി നിത്യകർമ്മങ്ങളനുഷ്ഠിച്ച് അഗ്നിഹോത്രം (ജ്ഞാനർജ്ജനം) ചെയ്യുകയാണ് നിത്യമദ്ദേഹം ചെയ്യുന്നത്. മുനിക്കിതിനുള്ള സൗകര്യങ്ങളൊരുക്കുന്നത് പത്നിയായ അഹല്യയായിരുന്നു. സ്ത്രീത്വത്തിന്റെ പ്രതീകമാണവൾ. ഒരിക്കൽ അരുണോദയം കണ്ട് മതിമറന്നുപോയ അഹല്യ ചെമ്പഴുക്കാനിറമുള്ള അർക്കബിംബം കണ്ട് മതിമറന്നുനിന്നു. സമയം പോയതറിഞ്ഞില്ല. ഗൗതമൻ വന്നതവളറിഞ്ഞില്ല. ഒരുക്കങ്ങൾ കാണാതദ്ദേഹം കുഴങ്ങി. അഹല്യയുടെ കൃത്യനിഷ്ഠതയില്ലായ്മയാണതിന് കാരണമെന്നറിഞ്ഞ മുനി ഇനിമേൽ പുരുഷന്റെ വളർച്ചയ്ക്കുള്ള ചവിട്ടുകല്ലായി സ്വാതന്ത്ര്യമെന്നറിയാതെ നിലകൊള്ളട്ടെ. എന്ന് ശപിച്ചു. ഉത്തമപുരുഷനും വികാരവിചാരങ്ങൾക്കടിമപ്പെടാത്തവനും സ്വാർത്ഥമോഹവുമില്ലാത്തൊരാൾ ഭൂമിയിലെത്തിയാൽ നീ സ്വതന്ത്രയാവും എന്ന ശാപമോക്ഷവും നൽകി.

ആശ്രമത്തിലെത്തിയ രാമലക്ഷ്മണന്മാർ സ്ത്രീത്വത്തിന്റെ മഹനീയതയേയും മാതൃത്വത്തിന്റെ വൈശിഷ്ട്യത്തെയും മനസ്സിൽകണ്ടു. ചവിട്ടുകല്ലായി കിടക്കുന്ന അഹല്യയെ ഭക്തിപൂർവ്വം പ്രദക്ഷിണം വെച്ചുനമസ്ക്കരിച്ചു. ഇതുകണ്ട ഗൗതമമുനി അഹല്യയെ സ്വതന്ത്രയാക്കി. സന്തുഷ്ടയായ ഭൂമിദേവി സന്തോഷക്കുളിർ വാരിത്തൂവി. പുത്തനുണർവ്വുമായി നിൽക്കുന്ന അഹല്യയെ ഗൗതമൻ സംപൂജ്യയാക്കി. ലോകം സ്ത്രീത്വത്തിന് മുമ്പിൽ കൈകൂപ്പി നിന്നു. 'എവിടെയാണോ സ്ത്രീ സംപൂജ്യയായി പരിഗണിക്കുന്നത് അവിടെ ചൈതന്യം നിറഞ്ഞ് തുടിച്ച് നിൽക്കും' എന്ന് പറയാതെ പറഞ്ഞ് വിശ്വാമിത്രമഹർഷി രാമലക്ഷ്മണകുമാരന്മാരെയും കൂട്ടി മിഥിലാപുരിക്ക് തിരിച്ചു.

ഏഴ്

വിശ്വാമിത്രൻ കുമാരന്മാരുമായി മിഥിലയിലെത്തി. ഒരു നവചൈതന്യം കൈവന്ന പ്രതീതി തോന്നിയ ജനകൻ അവരെ ഭക്തിബഹുമാനപുരസരം സ്വീകരിച്ചാനയിച്ചു. വിശ്വാമിത്രൻ ജനകനോടു പറഞ്ഞു. അയോദ്ധ്യാധിപതി ദശരഥ പുത്രന്മാരാണിവരിരുവരും. കൗസല്യാത്മജൻ - രാമകുമാരൻ, സുമിത്രാത്മജൻ ലക്ഷ്മണകുമാർ ശൈവചാപത്തെക്കുറിച്ചറിഞ്ഞ് അതൊന്ന് കാണാനാണിവരെത്തിയത്. 'സന്തോഷം മഹാമുനേ. ഇവരെ കണ്ടമാത്രയിൽ എന്നിൽ പുത്രവാത്സല്യഭാവം ഉറഞ്ഞുകൂടുന്നതുപോലെ തോന്നുന്നു. വന്നാലും മഹാപ്രഭോ. അങ്ങയുടെയും കുമാരന്മാരുടെയും ആഗമനത്താൽ മിഥിലാപുരി പുളകംകൊള്ളട്ടെ.' ജനകമഹാരാജാവ് അവരെ അർഘ്യപാദ്യാദികളാൽ വീരോചിതമായി സ്വീകരിച്ച് മാന്യസ്ഥാനത്ത് ഉപവിഷ്ടരാക്കി. സൗഹൃദ സംഭാഷണങ്ങൾക്കും ഔപചാരികതയ്ക്കും ശേഷം വിശ്വാമിത്രൻ അറിയിച്ചു. 'രാജൻ ലോകനീതിയുടെ പ്രതീകമായ ആ ശൈവചാപം കൺകുളിർക്കെ കാണാനും പറ്റുമെങ്കിൽ അതൊന്ന് കുലയ്ക്കാനും ആഗ്രഹിച്ചാണ് രാമകുമാരന്മാരിവിടെയെത്തിയത്.'

'വിശ്വാമിത്രവചനം കേട്ട ജനകൻ 'എങ്കിൽ എന്തിന് താമസിക്കണം പ്രഭോ. വരൂ.' എന്ന് ക്ഷണിച്ചു അവരെ ശൈവചാപത്തിനടുത്തെത്തിച്ചു. വിശ്വാമിത്രൻ രാമനോട് പറഞ്ഞു. 'സമയം കളയാതെ കുമാരാ.. ആ വില്ലെടുത്തോളൂ കുലച്ചോളൂ..' 'കുമാരന്റെ ഇഷ്ടം നടക്കട്ടെ.' എന്ന് പറഞ്ഞ ജനകൻ ആ ചാപമെടുത്ത് കുലയ്ക്കാനാവാതെവരരുതേ രാജകുമാരന് എന്ന് മനസ്സിൽ പ്രാർത്ഥനയോടെ പറഞ്ഞു. രാമൻ ചാപത്തെ

ഭക്ത്യാദരപൂർവ്വം നോക്കിക്കണ്ടു. കൈകൂപ്പി വണങ്ങി. പ്രദക്ഷിണം വെച്ച് നമസ്ക്കരിച്ചു. ധൈര്യം സംഭരിച്ച് വില്ലെടുത്ത് നിവർത്തി. കുല ക്കാനാഞ്ഞതും ചാപം മുറിഞ്ഞുവീണു. കണ്ടുനിന്നവരെല്ലാം ആശ്ചര്യഭ രിതരായി. മിഥിലാപുരിയൊന്നാകെ ആനന്ദത്താൽ മതിമറന്നു.

ജനകമഹാരാജാവ് വിശ്വാമിത്രമഹർഷിയെ സമീപിച്ച് കൈകൂപ്പി മൊഴിഞ്ഞു. 'വില്ലെടുത്ത് കുലക്കുന്നവനെ ഞാനെന്നിൽ പ്രാപ്തമായ സാങ്കേതികത കൈമാറൂ എന്ന എന്റെ നിശ്ചയം വ്യഥാവിലായില്ല പ്രഭോ. ലോകനീതിയെപോലും പരിഷ്ക്കരിക്കാൻ പ്രാപ്തിയുള്ള ഈ കുമാരൻ ലോകത്തെ നന്മയിലേക്ക് നയിക്കും. സംശയമില്ല. എനിക്കിനി മനസ്സമാധാനത്തോടെ ജീവിക്കാം. സ്വാമിൻ ദശരഥപുത്രർ നാലുപേരു ണ്ടല്ലോ. ദശരഥനുമായി ബന്ധം സ്ഥാപിക്കാൻ ഞാൻ ആഗ്രഹിച്ചിട്ട് കാലങ്ങളായി. എനിക്ക് നാല് പുത്രിമാരുണ്ട്. അയോദ്ധ്യാധിപന് സമ്മതമാണെങ്കിൽ ഇവരെ നാല്പേരെയും ഞാൻ ദശരഥ പുത്ര ന്മാർക്ക് പാണിഗ്രഹണം ചെയ്തുകൊടുക്കാൻ ആഗ്രഹിക്കുന്നു. എന്റെ ആഗ്രഹം സഫലീകരിക്കാൻ സാധിച്ചാൽ ഞാൻ കൃതാജ്ഞനായി പ്രഭോ.' 'ഉചിതമാണ് രാജാവെ അങ്ങയുടെ തീരുമാനം.' വിശ്വാമിത്രൻ പറഞ്ഞു. 'ചേരേണ്ടത് തമ്മിൽ ചേർത്താലെ അഭിവൃദ്ധിയുണ്ടാകൂ. നല്ലത് നല്ലതിനോട് ചേരണമെന്നത് പ്രകൃതി നിയമമാണ്.' ലോകത്തിൽ ധനവാൻ ദരിദ്രനോട് ചേരാത്തവനാണ്. വീരൻ ഉശിരറ്റവന് ചേരാത്ത വനാണ്. അവയെ തമ്മിൽ ചേർത്താൽ ലോകത്തിൽ അധർമ്മമാണ് വിളയാടുക.

'നല്ലതെപ്പോഴും നല്ലതിനോട് ചേർന്നിരിക്കണം'

മിഥിലാവാസികൾക്ക് ഇതിൽപരം ഒരാനന്ദം മറ്റൊന്നില്ല. ലോകപ്ര ശസ്തനായ ദശരഥനുമായി ബന്ധം സ്ഥാപിക്കുന്നതിലൂടെ മിഥിലയുടെ കീർത്തിയും ലോകമെങ്ങും പരക്കും. അറിയിപ്പുമായി ദൂതന്മാർ അയോ ദ്ധ്യക്കുപുറപ്പെട്ടു.

ജനകമഹാരാജന്റെ കുറിപ്പുമായെത്തിയവർ ദശരഥനെ കണ്ടു. വിവരങ്ങളറിഞ്ഞ ദശരഥന്റെ ആനന്ദം പറഞ്ഞറിയിക്കാൻ പറ്റാത്തതാ യിരുന്നു. യുവാവസ്ഥയിലെത്തിയ മക്കളുടെ വിവാഹം ഏതൊരു മാതാ പിതാക്കളുടേയും ആഗ്രഹവും പ്രതിബന്ധങ്ങൾ നിറഞ്ഞതുമായിരിക്കും.

ബന്ധം നന്നായിരിക്കണം.

വധുക്കൾ സൽസ്വഭാവിയായിരിക്കണം.

സുന്ദരിയായിരിക്കണം,

കാര്യപ്രാപ്തിയുള്ളവളായിരിക്കണം.

അവരുടെ കുടുംബവും പശ്ചാത്തലവും അന്തസ്സും അഭിമാനവുമുള്ള തായിരിക്കണം.

ഇത്തരം കടമ്പകൾ കടന്നുവേണമല്ലോ അതു നടപ്പാക്കാൻ. എന്നാൽ തനിക്കത് അനായാസേന സാധ്യമായിരിക്കുന്നു. പാരമ്പര്യ വും ആഢ്യത്വവും കാര്യപ്രാപ്തിയുമുള്ളവരാണ് ജനകരാജാവിന്റെ കുലം പുത്തൻ പ്രവണതകളിലൂടെ രാജ്യത്തെ സമ്പുഷ്ടമാക്കിയവനാണ് ജനകൻ. അദ്ദേഹത്തിന്റെ പുത്രിമാർ സുന്ദരികളും സുശീലകളുമാണ്. ഇതിനപ്പുറം മറ്റെന്തുഭാഗ്യമാണ് ലഭിക്കേണ്ടത്. അദ്ദേഹം ഉടൻ തന്നെ മിഥിലയിലേക്ക് തിരിക്കാൻ തീരുമാനിച്ചു.

ഭരതൻ ശത്രുഘ്നൻ വസിഷ്ഠവാമദേവ വിശിഷ്ടർ ചതുരംഗസേന ആർഭാടങ്ങൾ എന്നിവയോടെ ഭാര്യമാരൊടൊപ്പം അദ്ദേഹം പുറപ്പെട്ടു. അത്യാർഭാടപൂർവ്വം വിവാഹം കെങ്കേമമായി നടന്നു.

വിവാഹശേഷം അയോദ്ധ്യയിലേക്ക് പുറപ്പെടാൻ തയ്യാറായി നിൽ ക്കുന്ന ദശരഥനെ സമീപിച്ച് ജനകമഹാരാജാവ്. 'മഹാരാജൻ എനി ക്കുള്ള സന്തോഷം പറഞ്ഞറിയിക്കാനാവുന്നതല്ല. എന്റെ പുത്രിമാരെ അങ്ങയുടെ പുത്രവധുക്കളായല്ല. മറിച്ച് മക്കളായാണ് അങ്ങയോടൊപ്പം അയക്കുന്നത്. എന്നേക്കാൾ എന്റെ മക്കളെ പരിപാലിക്കാനങ്ങേ യ്ക്കാവും എന്നത് നിസ്തർക്കമാണ്. എന്നോളം ഇത്രമാത്രം സന്തോഷം ഈ മുഹൂർത്തത്തിലനുഭവിക്കാൻ ലോകത്തുമറ്റാർക്കും കഴിഞ്ഞിട്ടില്ലെ ന്നു ഞാൻ വിശ്വസിക്കുന്നു. ഈശ്വരന്റെ ഈ നിശ്ചയത്തിൽ എന്റെ ജീവിതം ധന്യമായി രാജൻ'

' അങ്ങയെപ്പോലെതന്നെ എന്റെ സന്തോഷവും സീമാതീതമാണ്. എന്റെ പുത്രന്മാർക്ക് ലഭിക്കാവുന്നതിലേറ്റവും യോഗ്യതയുള്ളവരെത ന്നെ ലഭിച്ചിരിക്കുന്നു. എല്ലാം മംഗളമായി പര്യവസാനിച്ചല്ലോ. രാജൻ ഞങ്ങൾക്ക് പോകാനുള്ള മുഹൂർത്തമായി. അയോദ്ധ്യാരാജധാനിയിൽ നവചൈതന്യ വിതദനായി അങ്ങയുടെ പുത്രിമാരെയും കൂട്ടി ഞങ്ങൾ യാത്രയാകട്ടെ.

എല്ലാം അങ്ങയുടെ ഇഷ്ടമനുസരിച്ച് നടക്കട്ടെ.

മേളവാദ്യഘോഷത്തോടുകൂടി അത്യന്താഘോഷത്തോടെയായിരു ന്നു ആ അയോദ്ധ്യായാത്ര. കരിതുരഗരഥ നികരണങ്ങളും കാലാൾപ്പ ടയും ഹുറേയ് വിളികളും കുടചാമരതോരണങ്ങളാലും മംഗളാലാപന മധുരത്താലും വിശിഷ്ടമായ ദശരഥ മഹാരാജന്റെ മനസ്സ് ആനന്ദംകൊ ണ്ട്കൊൾമയിർകൊണ്ടു.

വഴിമദ്ധ്യേ പെട്ടെന്നെല്ലാം നിശ്ചലമായി.

കനലെരിയുന്ന മിഴികളും കയ്യിലുയർത്തിപ്പിടിച്ച മഴുവും മുഖമാകെ ക്രോധഭാവംപേറി ജടധാരിയായ ഒരു താപസവേഷക്കാരൻ അവരെ തടുത്തുനിർത്തി.

'എവിടെ ആ രാമൻ'

'ലോകേശന്റെ വില്ലൊടിച്ച രാമൻ'

അദ്ദേഹം ക്രോധത്താലാളുകയായിരുന്നു. 'രാമനെന്നവകാശപ്പെടാനവനെന്താണ് യോഗ്യത' 'സ്വാർത്ഥമോഹത്തിന്റെ കിരീടമണിഞ്ഞ് അധികാരത്തിന്റെ ചെങ്കോലുമേന്തി അഹന്തയുടെ ശിരസ്സുമുയർത്തി അനീതി നടപ്പാക്കിക്കൊണ്ടിരുന്ന ദുഷ്ടക്ഷത്രിയവംശജരുടെ താൻ പൊരിമയുടെ ശിരസുകൾ ഒന്നല്ല പത്തല്ല നൂറല്ല ആയിരക്കണക്കിനു അരിഞ്ഞുതള്ളിയ അനീതിയുടെ മുൾപ്പടർപ്പുകൾ വെട്ടിമാറ്റി പുത്തൻ പാനഥാവുപണിഞ്ഞ ദ്ഗുരാമനാണ് ഞാൻ - 'ഈ ലോകത്ത് മറ്റൊരു രാമനോ എവിടെ അവൻ.'ഉറഞ്ഞുതുള്ളുന്ന പരശുരാമനെ കണ്ട് ദശരഥൻ ഭയവിഹ്വലനായി. അദ്ദേഹമോടിച്ചെന്നാകാൽക്കൽവീണു മാപ്പപേക്ഷിച്ചു. 'സ്വാമിൻ പൊറുക്കണേ. എന്റെ പുത്രൻ അവിവേകമാണ് പ്രവർത്തിച്ചതെങ്കിൽ അവന്റെ അറിവില്ലായ്മകൊണ്ടാണെന്ന് ധരിച്ചാലും, ഞങ്ങളോട് കനിവുകാണിച്ചാലും പ്രഭോ. അറിയാതെയാണെങ്കിലും ചെയ്തുപോയതിൽ തെറ്റുണ്ടെങ്കിൽ പൊറുക്കണേ പ്രഭോ. എളിയവനും വിനീതനുമായ ദശരഥൻ ഇതാ അങ്ങയുടെ കാൽക്കൽ വീണ് മാപ്പിരക്കുന്നു.'

പരശുരാമൻ ഒട്ടൊരുശാന്തത കൈവരിച്ചുകൊണ്ടുപറഞ്ഞു. 'ഹേ - ധീരനെന്നു സ്വയം നടിക്കുന്ന രാമാ -ലോകേശന്റെ വില്ലൊടിച്ച നീ ധീരനാണെങ്കിൽ ഇതാ എന്റെ ഈവില്ല് നീ കുലയ്ക്കൂ. അതും മുറിയ്ക്കൂ. അതിനുസാധിച്ചില്ലെങ്കിൽ നാം നിന്നെ വധിക്കുന്നതായിരിക്കും. ഈ ലോകത്ത് രാമനൊന്നേ പാടുള്ളൂ. അതല്ല നീയതുചെയ്യുകയാണെങ്കിൽ ഈ പരശുരാമൻ തന്റേതെല്ലാം നിനക്കുസമർപ്പിച്ച് പ്രകൃതിയിലേക്ക് മടങ്ങിപ്പോകാം.

'അയ്യോ മഹാത്മാവേ ഇത്തരം കടുത്ത തീരുമാനങ്ങളെടുക്കരുതേ.' കരഞ്ഞുകൊണ്ട് ദശരഥൻ അപേക്ഷിച്ചു. എന്നിട്ടും കൂസലില്ലാതെനിന്ന പരശുരാമന്റെ വെല്ലുവിളി - രാമനേറ്റെടുത്തു. ശരിയാണ്. 'ഈ ലോകത്ത് ഒരു രാമനെ ആവശ്യമുള്ളൂ. ഒന്നെങ്കിലങ്ങ് അതെല്ലെങ്കിൽ ഞാൻ അങ്ങയുടെ വില്ല് ഞാൻ കുലയ്ക്കാൻ ശ്രമിക്കട്ടെ. പരാജയപ്പെട്ടാൽ പിന്നെ ദശരഥപുത്രനായ ഈ ഞാൻ എന്റെയെല്ലാമുപേക്ഷിച്ച് ഈ ലോകംവിട്ട് പോകുന്നതാണ്.' ദശരഥനും അനുയായികളും പരവശരായി തളർന്നുപോയി. പരശുരാമൻ കൊടുത്ത വില്ല് ഇത്രയുംകാലം

ലോകരക്ഷയ്ക്കുവേണ്ടി ചെയ്ത വീക്ഷണഗതി രാമൻ നിഷ്പ്രയാസം കുലച്ചു. മാത്രമല്ല ആവില്ല് ഒമ്പതുമുറിയായി ചിതറുകയും ചെയ്തു. ഇതുകണ്ട് സന്തോഷവാനായ പരശുരാമൻ സമയമായിരിക്കുന്നു എന്റെ ദൗത്യം പിന്തുടരാൻ തികച്ചും യോഗ്യവാനായൊരുവനാണ് നീയെന്നു ഞാൻ തിരിച്ചറിയുന്നു. ഹേ - രാമാ - നവോത്ഥാനത്തിന്റെ പുത്തൻ വഴിത്താരകൾ തീർത്ത് ഈ ലോകത്തിൽ ജ്ഞാനമാകുന്ന പ്രകാശം പരത്തുക. എന്റെ എല്ലാ ആശിർവാദങ്ങളും നിനക്കുനൽകുന്നു. എന്റേതെല്ലാം നിനക്കുനൽകി ഞാനിതാ വെറുംകയ്യോടെ പ്രകൃതിയിലേക്ക് മടങ്ങുന്നു. അദ്ദേഹം അന്തർധാനം ചെയ്തു. അവർ പൂർവ്വാധികം സന്തോഷത്തോടെ അയോദ്ധ്യയിലേക്ക് യാത്ര തുടർന്നു.

എട്ട്

അയോദ്ധ്യയിൽ തിരിച്ചെത്തിയ ദശരഥൻ തീർത്തും സന്തോഷവാനായിരുന്നു. ജീവിതം അർത്ഥവത്തായിരിക്കുന്നു. ജീവിതത്തിന്റെ പരുക്കൻ വഴിത്താരകൾ താണ്ടിത്തീർന്നിരിക്കുന്നു. പരീക്ഷണങ്ങൾ നന്മയതത്വത്തോടെ തരണം ചെയ്തിരിക്കുന്നു. അനന്തരവകാശിയെ തീരുമാനിക്കേണ്ടിയിരിക്കുന്നു. യോഗ്യതയുള്ള ഒരുപുത്രനെ രാജഭരണമേൽപ്പിക്കണം. പിന്നീടുള്ള ജീവിതം സ്വസ്ഥതനിറഞ്ഞതാകണം. വിശ്രമജീവിതമാണിനിതനിക്കുവേണ്ടത്.

തന്റെ പുത്രൻന്മാർ നാലുപേരും യോഗ്യതയുള്ളവരാണ്.

വേണ്ട തിരിച്ചറിവുള്ളവർ

കാര്യഗ്രഹണപാടവമുള്ളവർ

പ്രയത്നശീലർ

സ്നേഹവും സഹവർത്തിത്വവുമുള്ളവർ

തന്നെക്കാൾ യോഗ്യതയുള്ളവരാണവർ നാലുപേരും.

അവരിലൊരുത്തനെ തെരഞ്ഞെടുത്ത് ഭരണമേൽപ്പിക്കണം.

പാരമ്പര്യവഴിക്ക് മൂത്തപുത്രനാണതിനുയോഗ്യത.

ദിവസങ്ങളുടെ വ്യത്യാസമേയുള്ളൂ അവർ തമ്മിലെങ്കിലും ആ യോഗ്യതയുള്ളത് രാമനാണ്.

ആദ്യഭാര്യയായ കൗസല്യയിൽ ജനിച്ചവനുമാണവൻ.

ചെറുപ്രായത്തിൽ തന്നെ തന്റെ യോഗ്യത തെളിയിച്ചവനാണവൻ.

ഇനി ഭരതന്റെയവസ്ഥ കാനനവാസവും താപസവേഷവുമായില്ലെ.

കഴിവില്ലാത്തവനായിരുന്നെങ്കിൽ കുഴപ്പമില്ലായിരുന്നു.

എന്നാൽ ഭരതനെന്താണൊരുകുറവ്.

സ്ത്രീത്വത്തിന്റെ മഹത്തായ മാതൃത്വം അപ്രാപ്യമെന്നുകരുതി ദുഃഖിച്ചിരിക്കെയാണ് ഭരതന്റെ ജനനം.

അവന്റെ ജീവിതം ശോഭനമാക്കാനാഗ്രഹിക്കുന്നത് തെറ്റല്ലല്ലോ.

ഒരു രാജാവിനുവേണ്ട പലഗുണങ്ങളുമവനുണ്ട്.

രാജാവിന് ഒരു പ്രത്യേകതാൽപ്പര്യമിപ്പോഴുമുണ്ട്.

അദ്ദേഹത്തിന്റെ ഈ തീരുമാനം തിരുത്തപ്പെടണം

തന്റെ എല്ലാകഴിവുകളും അതിനുവേണ്ടി വിനിയോഗിക്കണം.

ഇനിയെങ്കിലും ജീവിതത്തിന് അർത്ഥമുണ്ടാകണം.

വെച്ചും വിളമ്പിയും പെറ്റും ഒറ്റപ്പെട്ട്ജീവിച്ച് മരണംവരിക്കുന്ന സ്ത്രീകളെപ്പോലെ താനും അധഃപതിയ്ക്കരുത്.

സ്ത്രീയ്ക്കും മോഹമുണ്ട്, ദാഹമുണ്ട്.

അതുകൊണ്ട് എന്തുവന്നാലും രാജാവിനെ ഇതിൽ നിന്നും പിന്തിരിപ്പിച്ചേ മതിയാകൂ. എന്തുവിലകൊടുത്തും ഭരതനെ രാജാവാക്കിയെ പറ്റൂ. തന്റെ സ്ത്രീ സഹജമായ എല്ലാ കഴിവുകളും ഇതിനായി ഉപയോഗപ്പെടുത്താൻതന്നെ കൈകേയി തീരുമാനിച്ചു.

വെള്ളത്തിൽവീണ എണ്ണപോലെ രാമാഭിഷേക വാർത്ത എല്ലായിടത്തും പടർന്നു. കൗസല്യഗൃഹത്തിൽ മാതാവിന്നരികിലെത്തിയ രാമൻ കൗസല്യയെ ഭക്തിബഹുമാനപുരസ്സരം വണങ്ങിക്കൊണ്ടുപറഞ്ഞു. 'അമ്മേ പിതാവിനാൽ ഞാൻ പ്രജാപരിപാലനം നടത്താൻ തീരുമാനിയ്ക്കപ്പെട്ടിരിക്കുന്നു. ആയതിനാൽ എന്നെയും വൈദേഹിയേയും ഏറ്റെടുക്കാൻ പോകുന്ന ഉത്തരവാദിത്വത്തിനുവേണ്ട ഉപദേശങ്ങൾ നൽകി അനുഗ്രഹിച്ചാലും' 'മകനെ നീ ചിരകാലം സദ്ഗുണങ്ങളോടുകൂടി വാഴുക. നല്ലനിലയിൽ രാജഭരണം നടത്തി വംശ പാരമ്പര്യത്തെ നിലനിർത്തുക. ചിരകാലമായി ഞാൻ അനുഷ്ഠിച്ച വ്രതോപാസനയുടെ ഫലമാണിമഹാഭാഗ്യമെന്നറിയുക. ആനന്ദക്കണ്ണീരൊഴുക്കി ആ മാതാവ് ഇപ്രകാരം പറഞ്ഞതുകേട്ട് തിരിഞ്ഞുനടക്കാൻ തുടങ്ങി. അവിടെ നിൽക്കുന്ന ലക്ഷ്മണനോട്. ലക്ഷ്മണാ എനിക്ക് ലഭിക്കാൻ പോകുന്ന ഈ രാജ്യം എന്റെ പുറമെയുള്ള എന്റെ യാത്മാവും സഹോദരനുമായ നിനക്കധീനമാണ്. ഈ ഭൂമിയെ എന്നോട് ചേർത്ത് നീയാണ് ഭരിക്കേണ്ടത്. എന്റെ ജീവിതവും എന്റെ രാജ്യവും ഞാൻ നിനക്ക് വേണ്ടിയാണ്

വഹിക്കുന്നത്. ആനന്ദക്കണ്ണീരൊഴുക്കിക്കൊണ്ട് ലക്ഷ്മണൻ ജേഷ്ഠനെ ആലിംഗനം ചെയ്തു.

ദശരഥൻ തന്റെ പ്രിയപത്നിയും കാര്യപ്രാപ്തിയുള്ളവളുമായ കൈകേയിയുടെ ഭവനത്തിലെത്തി.

കൈകേയി ഭരണപാടവമുള്ളവളാണ്

പലഘട്ടങ്ങളിലും അവൾ തനിക്ക് തുണയായിട്ടുണ്ട്

തന്റെ ഈ തീരുമാനം നിശ്ചയമായും അവൾക്കിഷ്ടപ്പെടും

അവൾ അതിരറ്റ് സന്തോഷിക്കും

ഇത്തരം ചിന്തകളുമായാണദ്ദേഹമവിടെയ്ക്കെത്തിയത്

എന്നാൽ വാസ്തവം മറിച്ചായിരുന്നു.

കൈകേയി ദു:ഖിതയാണ്

നിരാശയിലാണ് അവൾ

കോപാക്രാന്തയാണവൾ

അവശയും ദു:ഖിതയുമായവൾ തളർന്നു കിടക്കുകയാണ്.

ആശ്വസിപ്പിക്കാനെത്തിയ രാജാവിനോടവൾക്കൊന്നെ പറയാനുണ്ടായിരുന്നുള്ളു. 'തന്റെ മകൻ ഭരതനെ രാജാവായി വാഴിക്കണം.'

ദശരഥനാകെ കുഴങ്ങി. കൈകേയിയുടെ ആഗ്രഹം തെറ്റാണെന്നു പറയാനാവില്ല. അദ്ദേഹം പറഞ്ഞു. 'രാജ്യം ശ്രീരാമന്റേതായാലും അതു ഭരതന്റേതുമായിരിക്കും. നീ രാജമാതാവുമായിരിക്കും.'

ഹും കൗസല്യയുടെ ദാസിയായി, പരിചാരികയായി, ആജ്ഞാനുവർത്തിയായികഴിയാനെനിക്ക് സാധിക്കില്ല. ഭരതന് രാജ്യഭരണം ലഭിച്ചാലെ എന്റെ ദു:ഖം മാറുകയുള്ളൂ കൈകേയി ശഠിച്ചു.

ദശരഥൻ കൈകൂപ്പിയും കാലുപിടിച്ചും യാചനാഭാവത്തിൽ കൈകേയിയുടെ മനസ്സ്മാറ്റാൻ ശ്രമിച്ചു. പക്ഷെ അവൾക്കൊന്നെ പറയാനുള്ളു. ഭരതനെ രാജാവാക്കുക. കൊല്ലാൻ കൊണ്ടുപോകുമ്പോഴും വളർത്താൻ കൊണ്ടുപോകുമ്പോഴും മൃഗങ്ങൾ ഒരേപോലെ കരയും എന്നുപറഞ്ഞ മട്ടായിരുന്നു കൈകേയിയുടേത്. രാജ്യം രാമനാണ് ഭരിക്കുന്നതെങ്കിൽ ഭരതൻ തികച്ചുമനാഥനായിപ്പോകുമെന്നവൾ കരഞ്ഞുപറഞ്ഞു.

എന്തുപറഞ്ഞിട്ടും കാര്യമില്ലെന്നുകണ്ട് ദശരഥൻ കോപാക്രാന്തനായി. 'ദുഷ്ടേ ആഗ്നിസാക്ഷിയായി നിന്നെ പത്നിയായി സ്വീകരിച്ച ഞാൻ ഇതാ നിന്നെയും നിന്നിലെനിക്കുപിറന്ന പുത്രനെയും

ഉപേക്ഷിച്ചിരിക്കുന്നു. മരിച്ചാലെന്റെ ശവസംസ്ക്കാരചടങ്ങിൽ നീയോ ഭരതനോ പങ്കെടുക്കരുത്.' എന്തൊക്കെപറഞ്ഞിട്ടും കൈകേയിക്ക് മാറ്റമുണ്ടായില്ല. അവൾ ശാഠ്യം തുടർന്നു. മാത്രമല്ല, 'എന്റെ ഭരതനെ രാജാവാക്കണം. മാത്രമല്ല അതിസൂത്രശാലിയും മിടുക്കുമുള്ള രാമൻ കൊട്ടാരത്തിലുണ്ടാകയുമരുത്.' കൈകേയിയുടെ ഈ വാക്കുകൾ ദശരഥനെ തളർത്തി. അദ്ദേഹം മോഹാലസ്യപ്പെട്ടു വീണുപോയി. 'ഇത്തരം കപടനാടകങ്ങളൊന്നും എനിക്കുകാണണ്ട. ഞാൻ പറഞ്ഞതു പോലെ അങ്ങ് പ്രവർത്തിച്ചേ മതിയാകൂ.' രഥചക്രത്തിനും കുതിരയ്ക്കുമിട യിൽ വീണുപോയവനെപോലെയായിരുന്നു ദശരഥന്റെ അപ്പോഴത്തെ അവസ്ഥ.

കൈകേയി പറഞ്ഞു. എങ്കിൽ രാമനെ വരുത്തുക.

രാമന്റെ തീരുമാനമറിയണമല്ലോ.

ഗത്യന്തരമില്ലാതെ ദശരഥൻ രാമനെ വരുത്തിച്ചു.

രാമനോട് കൈകേയി കാര്യങ്ങൾ വിസ്തരിച്ചു പറഞ്ഞു.

എല്ലാംകേട്ട രാമൻ ചിന്തിച്ചു.

കീർത്തിമാനായ പിതാവിന്റെ യശസ്സിനു കോട്ടംതട്ടരുത്.

തന്റെ പിതാവ് സ്വാർത്ഥ മോഹിയായിരുന്നില്ല.

രാജ്യത്തിനും വംശപാരമ്പര്യത്തിനുംവേണ്ടിയാണുജീവിച്ചത്.

തെറ്റുകൾ മനുഷ്യന്റെ കൂടെപ്പിറപ്പാണ്.

അത് തിരുത്തുകയും പശ്ചാത്തപിക്കുകയുമാണ് മനുഷ്യധർമ്മം.

കൈകേയി മാതാവിന്റെ അഭിപ്രായം അന്യായമല്ല.

കാര്യപ്രാപ്തിയും തന്റേടവുമുള്ളവരാണവർ.

ഭർത്താവെന്ന നിലയിൽ പിതാവിന് കൈകേയിമാതാവിന്റെ ഇഷ്ടം

സാധിച്ചുകൊടുക്കാൻ സാധ്യതയുണ്ട്.

താൻ വിചാരിച്ചാലെ അത് നടക്കൂ.

താൻമാത്രം വിചാരിച്ചാലതുനടക്കും.

പുത്രനു പിതാവിനോട് കടപ്പാടുണ്ട്

പിതാവിന്റെ പ്രശ്നങ്ങൾ തീർക്കേണ്ടത്പുത്രരാണ്

രാമൻ പറഞ്ഞു. പിതാവെ അങ്ങ് ഭരതനെ യുവരാജാവാക്കുക. എന്റെ ദൗത്യം ലോകമെന്തെന്നറിയുകയും ലോകത്തെ നവീക രിക്കലുമാണ്. പരശുരാമൻ പറഞ്ഞതങ്ങേയ്ക്കോർമ്മയില്ലേ.

സുഖഭോഗങ്ങളുപേക്ഷിച്ച് വെറും കയ്യോടെ ലോകമെന്തെന്നറിയാൻ ഞാൻ തയ്യാറായിക്കഴിഞ്ഞു പിതാവേ. എനനിക്കെന്റെ ജീവിതലക്ഷ്യം നിറവേറ്റിയേമതിയാകൂ.

രാമന്റെ തീരുമാനം ദശരഥനെ കൂടുതൽ തളർത്തി. തനിക്കെന്തപമാനമുണ്ടായാലും രാമൻ കഷ്ടപ്പെടരുത്. പക്ഷെ ദശരഥന് ഒടുവിൽ രാമന്റെ തീരുമാനത്തിന് വഴിപ്പെടേണ്ടിവന്നു. സുഖഭോഗങ്ങളൊഴിഞ്ഞ് കൊട്ടാരം വിടാൻ രാമൻ തയ്യാറായി.

കാനനവാസത്തിന് അതായത് കൊട്ടാരം വിട്ട് പുറംലോകത്തേക്ക് പോകാൻ തയ്യാറായ രാമനെ സഹോദരൻ ലക്ഷ്മണനും പത്നിയും അനുഗമിക്കാനും തീരുമാനമായി.

ദു:ഖപരവശനായ ദശരഥൻ തന്നെ കൗസല്യയുടെ അടുത്തേക്ക് കൊണ്ടുപോകാനാജ്ഞാപിച്ചു. ദശരഥൻ കൗസല്യാഗൃഹത്തിലെത്തി. ഭർതൃശുശ്രൂഷതൽപരയായ കൗസല്യയോട് ദശരഥൻ തനിക്കുലഭിച്ച ശാപത്തിന്റെ കഥ പറഞ്ഞു.

ഇന്ദ്രിയങ്ങളെ ജയിക്കാത്ത തനിക്ക് ലഭിച്ച ശാപം

നീ പുത്രദു:ഖത്താൽ മരിക്കാനിടവരട്ടെ.

ആ ശാപം ഫലിക്കാറായിരിക്കുന്നു.

ഗദ്ഗദകണ്ഠനായ ദശരഥനെ കൗസല്യ തഴുകി ആശ്വസിപ്പിക്കുന്നു.

ദശരഥന്റെ മുന്നിൽ വീണ്ടും ശൂന്യതയുടെ അഗാധഗർത്തം

നിരാലംബതയുടെ താളമേളങ്ങൾ

വവ്വാലിന്റെ ചിറകടിയൊച്ചകൾ

മൂങ്ങകളുടെ മരണമൂളലുകൾ

കാലൻകോഴികളുടെ മടുപ്പിക്കുന്ന ശബ്ദം

രക്തത്തിൽകുളിച്ച യുവാവും വൃദ്ധദമ്പതികളും കരാളനൃത്തം ചെയ്തുകൊണ്ട് ദശരഥന്റെ സമീപമണയുന്നു.

കുട്ടത്തിലുയരുന്ന ഒരു പെൺകുഞ്ഞിന്റെ ദീനവിലാപം.

ദശരഥന്റെ സിരകളിലൂടെ മരവിപ്പിന്റെ തണുപ്പ്

അരിച്ചേറുന്ന മരവിപ്പ് മൂർദ്ധാവിലേക്കുകയറുന്നു.

അകലെ മക്കൾ പുത്തൻ വഴിത്താരകൾ വെട്ടിത്തെളിയ്ക്കുന്നു

ദശരഥൻ പ്രകൃതിയിലലിഞ്ഞലിഞ്ഞ് ഇല്ലാതാകുന്നു.